படிக்கும் திருப்புகழ்

கி.வா. ஜகந்நாதன்

Title: Padikkum Thiruppugazh

Author: Ki. Va. Jagannathan

Language: Tamil

First Published on: 1958

Year of Publication: 2024

Book Format: Paperback

*Page Size: 6inch * 9inch*

Category: Religious

Subject: Religious Essays

No. of pages: 160

ISBN: 978-81-989085-0-6

Published by: Nilan Publishers, Madurai, Tamilnadu, India

பொருளடக்கம்

குறிப்புகளுக்காக

முகவுரை

இறைவன்பால் அன்புடையவர்கள், உலக வாழ்வை வெறுத்து மனைவி மக்களைப் புறக்கணித்துவிட்டு, தமக்கு என்று எந்த வகை யான வரையறையும் இல்லாமல் இருப்பவர்கள் என்ற தவறான எண்ணம் பலருடைய உள்ளத்தில் முளைத்திருக்கிறது. பைத்தியம் பிடித்தவர்கள் எப்படிப் பிறருடைய நலந்தீங்குகளை நினையாமல் தாம் போன போக்கிலே போவார்களோ அப்படித்தான் இருப் பார்கள் என்று அவர்கள் எண்ணுகிறார்கள்.

உலகம் முழுவதும் உள்ள மக்கள் யாவரும் இறைவனுக்கு அன்பர்கள் ஆகிவிடுகிறார்கள் என்று வைத்துக் கொள்வோம். அவர்கள் எண்ணத்தின்படி, அப்போது உலகம் முழுவதும் பைத்தி யக்காரர்கள் நிறைந்த உலகமாகிவிடும். வாழும் வகை தெரியாமல், ஒருவரோடு ஒருவர் இயல்பாகப் பழகாமல் யாவரும் கடவுள் வெறி பிடித்துப் போய், உண்ணாமல் உறங்காமல் இருப்பார்கள். அப்படி இருந்தால் மிகவும் குறுகிய காலத்துக்குள் யாவருமே இறந்து போகும்படி நேரும். பிறகு உலகம் உலகமாக இராது. வெறும் சுடுகாடாகி விடும். ஆகையால் இறைவனிடம் பக்தி பண்ணுகிற வர்கள் ஒரு பகுதியினரே இருக்க வேண்டும். இல்லாவிட்டால் உலகத்துக்கு ஆபத்து.

இதுதான் உண்மையா? இல்லை, இல்லை. அன்ப கில் வாழ்கிறவர்களே. மனைவி மக்களோடு வாழ்கிறவர்களே. இறைவனுடைய தலம் உலகம் என்றும், அதில் உலவும் ஒவ்வொருவரும் அவனுடைய

திருக்கோயிலென்றும் எண்ணி அன்பு செய்கிறவர் கள். பக்தன் தன்னை உயர்த்திக் கொள்வதோடு தன்னுடைய இயல்பினாலும் செயல்களாலும் பிறரையும் உயரச் செய்கிறான். அவன் நல்ல குணங்களுக்கு உறைவிடமாக இருக்கிறான். அறிவாளி யாகவும் ஆற்றல் உள்ளவனாகவும் இருக்கிறான். தன் நலத்தை விடப் பிறர் நலத்தையே கருதி வாழ்கிறான். அறம் செய்கிறான்; பொருள் ஈட்டுகிறான்; இன்பம் நுகர்கிறான். மற்றவர்களுக்கும் அவனுக்கும் இடையே உள்ள வேறுபாடு: அவன் எதைச் செய்தாலும் எதை நுகர்ந்தாலும் இறைவனுடைய நினைவை மறவாமல் இருக்கிறான். ஏதேனும் 'ஒன்று செய்தால், தான் இறைவனுடைய கருவியாக நின்று, அவன் அருளாணையின் வழியே அதைச் செய் கிறதாக உணர்கிறான். எதை அநுபவித்தாலும் இறைவன் திரு வருளால் வந்த அநுபவம் என்று அதை நுகர்கிறான். இன்பம் துன்பம் என்ற இரண்டையுமே அவன் இறைவன் அருளால் விளைந்தவை என்று உவப்புடன் ஏற்கிறான். அறுசுவை உண்டியில் கைப்பும் ஒரு சுவைதான். இனிப்புப் பண்டத்தையும் நுகர்ந்து கைப்புள்ள உணவையும் உண்டு மகிழும் இயல்புள்ளவர்களைப் போல, அவன் இன்பத்தையும் துன்பத்தையும் நுகர்கிறான். கைப் பும் ஒரு சுவை ; அது ஏற்கத்தகாதது அன்று, அப்படியே துன்ப மும் ஏற்பதற்குரிய அநுபவமே. இன்பம் துன்பம் என்பவை அநுபவத்திற்குரிய வகைகள். ஒன்று கொள்ளுவதற்குரியது, மற்றொன்று தள்ளுவதற்குரியது என்று அன்பன் எண்ணுவதில்லை.

மற்றவர்களுக்கு இன்பம் என்பது வேண்டும் நுகர்ச்சி; துன் பமோ வேண்டா நுகர்ச்சி. சோற்றில் கல் இருக்கிறது;

சோறு உண்ணத் தகுந்தது; கல் ஒதுக்கத் தகுந்தது. இன்ப துன்பங்களும் இத்தகையன என்று அவர்கள் எண்ணுகிறார்கள். இன்பம் நுகரத் தக்கது, துன்பம் வெறுக்கத்தக்கது என்கிறார்கள். பக்தர்களோ, இன்பமும் துன்பமும் கலந்ததே வாழ்வு என்ற உண்மையை அறிந்து கொள்கிறார்கள். துன்பத்தைச் சோற்றினிடையே கல்லாக அவர்கள் எண்ணுவதில்லை; சோற்றோடு கலந்த குழம்பாகவே எண்ணுகிறார்கள். சமையற்காரன் சோற்றைச் சமைப்பானேயன்றிக் கல்லைச் சமைப்பதில்லை. இறைவன் நம்முடைய முன்னை வினைகளுக்கு ஏற்ப இன்ப துன்பங்களை நமக்கு அருளுகிறான். அவை இரண்டும் நுகர்வதற்குரியன. அவற்றை நமக்கு அளிப்பவன் இறைவன் என்ற உணர்வு வரும்போது துன்பமும் இன்பமும் ஒரே நிலையை உடையனவாகத் தெரியும். குழந்தை ஓங்கி அடித்தாலும் இன்பமாகக் கொள்ளுகிறாள் தாய். காதலன் மூச்சுத் திணற அணைத்தாலும் இன்பமாக உணர்கிறாள் காதலி. விளையாட்டிலே கைகால்களில் வலியும் வேர்வையும் உண்டானாலும் சிரமமாகக் கொள்ளாமல் இன்பமாகக் கொள்ளுகிறார்கள் மக்கள். இறைவன் திருவருளால் யாவும் நிகழ்கின்றன என்ற உணர்வு வந்த பக்தர்களுக்கு இன்பம் துன்பம் என்ற இரண்டும் வெவ்வேறு வகை நுகர்ச்சிகளாக இருக்குமேயன்றி, விரும்புவன, வெறுப்பன என்ற மாறுபாட்டுணர்ச்சியைக் கொடுப்பதில்லை. அதனால்தான் திருநாவுக்கரசர்,

'இன்பமே எந்நாளும் துன்பம் இல்லை"

என்று பாடினார்.

இறைவன் எப்போதும் தன்னுடைய அருள் விளையாடலை நிகழ்த்தும் இடம் உலகம் என்று கொண்ட பக்தர்களுக்கு வாழ்க்கையும் அவன் விளையாட்டில் ஒரு பகுதியாகத் தோன்றும். எல்லாரோடும் இணைந்து அன்பு வைத்துப் பழகுவார்கள். எல்லாரையுமே பக்தர் கூட்டமாகச் செய்துவிட வேண்டும் என்ற ஆசை உண்டாகும். நன்றாக வாழவேண்டும் என்ற விருப்பம் இருக்கும். தாமும் வாழவேண்டும், பிறரையும் வாழ வைக்கவேண்டும் என்ற உயர்வான எண்ணம் அவர்கள்பால் சிறந்து நிற்கும்.

ஆதலின் அன்பர்கள் பொருள் ஈட்டுவார்கள்; அதனைப் பிறருக்கு அளிப்பார்கள். அவர்கள் தாம் ஈட்டும் பொருளில் இறைவன் திருவருளைக் காண்பார்கள். அவர்கள் செய்யும் அறம் இறைவனுடைய அன்பிலே கசிந்து செய்வதாக அமையும். இதனால் அவர்களிடம் பொருள் பெறுகிறவர்களும் இறைவன் திருவருளுக்கு இலக்காகிறார்கள்.

ஏழைகளும் இறைவன் பெயரைச் சொன்னால் பிச்சை கிடைக்கும் என்ற உண்மையை இன்றும் மறப்பதில்லை. பிச்சைக்காரர் கள் இறைவன் பெயரைக் கூறி யாசிக்கிறார்கள். இந்த வழக் கத்தை இந்த நாட்டிலேதான் பார்க்கலாம். பழங்காலத்தில் அறம் செய்தவர்கள் இறைவன் நினைவோடு செய்தார்கள். இரவலர் களும் இறைவன் திருவருளை நினைப்பூட்டினார்கள். அந்த வழக்கம் இன்றளவும் இருந்து வருகிறது.

தாம் பெற்றதைப் பிறருக்குப் பகிர்ந்து கொடுப்பதனால் மக்கள் இருவகை நலங்களைப் பெறுகிறார்கள். ஒன்று பொருளின்மேல் அவர்களுக்குள்ள பற்று நீங்குதல்.

மற்றொன்று ஏழைகள் அவர் களால் பயன் அடைதல். சமுதாயத்தில் பொருள் ஓரிடத்தில் குவி வதும் மற்றோரிடத்தில் வறுமைப் பள்ளம் இருப்பதும் இயற்கை.

இதை மாற்றத் தம் பொருளைப் பகுத்து உண்டு வாழ்வதைச் செல் வர்கள் மேற்கொள்ள வேண்டும். செல்வத்தைப் பகிர்ந்தளிக்கும் *(Distribution of Wealth)* செயலையே தர்மம், தானம் என்று சொன்னார்கள் நம் பெரியோர்கள். அறம் செய்யவேண்டும் என்பதை வற்புறுத்தினார்கள்.

வேறு நியாயங்களைச் சொல்லி அறம் செய்யச் சொன்னால் மக்களுக்கு எளிதில் உள்ளம் இரங்காது. இறைவன்பால் அன்பு ஏறச் செய்தால் எளிதில் ஈயும் பண்பு உண்டாகும். ஈயும் தகைமை உடையவர்களுக்கும் இறைவன்பால் அன்பு இல்லையானால் செருக்கு உண்டாகும். ஆதலின் ஈவதற்கு முன்பும் அன்பு வேண்டும்; ஈயும்பொழுதும் இறைவன்பால் அன்போடு இருக்க வேண்டும்.

அருணகிரிநாதர் இறைவன்பால் அன்புடையவர்கள் உலகத்தில் நன்றாக வாழவேண்டும் என்று விரும்புகிறவர். அன்பர்கள் நல்லபடி வாழ்ந்தால் உலகம் முழுவதும் அவர்களால் இன்பத்தை அடையும் என்ற உண்மையை உணர்ந்தவர். ஆதலின் அறம், பொருள், இன்பம் என்ற துறைகளிலும் அறிவுரை கூறுகிறார். இந்த மூன்று திறத்திலும் இன்னது செய்யவேண்டும், இன்னது செய்யக்கூடாது என்று நல்லுபதேசம் செய்கிறார். கந்தர் அலங்காரத்தில் அறம் செய்யவேண்டும் என் பதை வற்புறுத்தும் பாடல்கள் பல; பொருளை நல்ல

முறையில் சேமித்து வாழவேண்டும் என்பதைச் சொல்வன சில; நன்முறையில் இன்பம் துய்க்கும் முறையைக் குறிப்பாகப் பெற வைக்கும் இடங்கள் சில. எல்லாவிடத்திலும் இறைவனுடைய திருவருளை எண்ணும் பேரன்பு சுருதி போடவேண்டும் என்று சொல்கிறார்.

இந்தப் புத்தகத்தில் கந்தர் அலங்காரத்திலுள்ள ஐந்து பாடல் களுக்குரிய *(50-54)* விளக்கங்கள் இருக்கின்றன. இவற்றில் மூன்று பாடல்கள் ஈகையை உடம்பாட்டுமுகத்தாலும் எதிர்மறை முகத்தாலும் வற்புறுத்துகின்றன. "ஏற்றவர்க்கு இலையாயினும் வெந்தது ஏதாயினும் பகிர்ந்து அளித்து மாதவம் செய்குமினோ'' என்று அறிவுரை கூறுகிறார். இது விதிமுகத்தால் அறத்தை வற் புறுத்தியது. அவ்வாறு பகிர்ந்து அளிப்பது மட்டும் போதாது;

அதனை இறைவனுடைய நினைவோடு செய்யவேண்டும் என்று கூறுகிறார். அற நூலாசிரியர்களிடம் காணாத இயல்பு இது. அருணகிரி நாதர் இறைவனிடம் அன்பு பூண்டவர். அந்த அன்பினால் அறம் பன்மடங்கு பலிப்பதை அவர் கண்டார். அறநூலார் ஏற்றவர்க்கு யுங்கள் என்றனர். அருணகிரிநாதர்,

மலை ஆறு கூ றெழ வேல்வாங்கி னானை
வணங்கி அன்பின்
நிலையான மாதவம் செய்குமினோ
இலைஆயினும் வெந்தது ஏதா யினும்பகிர்ந்து
ஏற்றவர்க்கே

என்கிறார். அவர்கள் பால் கொடுக்கிறார்கள். இவர் அதில் கொஞ்சம் சர்க்கரையும் சேர்த்திருக்கிறார். வெறும் பாலைக் குடிக்கத் தயங்கும் குழந்தைக்குச் சர்க்கரை போட்ட பால் அந்தத் தயக்கத்தைத் தீர்க்கும் அல்லவா?

வேறு இரண்டு பாடல்களில் ஈகையை எதிர்மறைமுகத்தால் குறிப்பிக்கிறார்; அதாவது ஈயாமையால் வரும் தீங்குகளைச் சொல்கிறார்.

தம்மிடம் பொருள் உள்ள போதே அதனை வறியவர்களுக்குக் கொடுக்காதவர்கள் தாம் தேடிய பொருளை இழந்து வாடுவார்கள்' என்று ஒரு பாட்டில் பாடுகிறார்.

உள்ள போதே கொடாதவர் பாதகத்தால்
தேடிப் புதைத்துத் திருட்டிற் கொடுத்துத்
திகைத்திளைத்து
வாடிக் கிலேசித்து வாழ்நாளை வீணுக்கு
மாய்ப்பவரே.

இந்தப் பாட்டில் ஈயாமையின் தீய விளைவைச் சொன்னாலும் இதனூடே எப்படி ஈய வேண்டும் என்பதும் மறைந்து நிற்கிறது. தேடிப் புதைக்காமல் உள்ள போதே கொடுக்க வேண்டும் என்ற நீதி இதில் புலனாகிறது. அப்படிக் கொடுக்கும்போது எவ்வாறு கொடுக்க வேண்டும் என்பதைச் சொல்கிறார். அருள்நூற் பாவலர் அறத்தைக் கூறும் முறை அது.

வேடிச்சி கொங்கை விரும்பும் குமரனை
மெய்யன்பினால்

பாடிக் கசிந்து உள்ளபோதே கொடாதவர்

என்பதில், 'இறைவனைப் பாடி மெய்யன்பினால் கசிந்து கொடுக்க வேண்டும்' என்ற சர்க்கரைப் பகுதி இருக்கிறது.

தளர்ந்தவர்களுக்கு ஈவதுதான் ஈகை என்பதும், அப்படி ஈவதற்கு இறைவன் திருவருள் தூண்டுதல் வேண்டும் என்றும் மற்றொரு பாட்டில் சொல்கிறார்.

தளர்ந்தவர்க்கு ஒன்று
ஈகைக்கு எனைவிதித் தாய்இலையே!

"நான் உன்னுடைய புகழை உள்ளத்தில் நினைந்து போற்றுவேன். யமன் வரும்போது என்னை நீ அஞ்சல் என்று வந்து காப்பாற்ற வேண்டும்" என்று ஒரு பாட்டில் முருகனிடம் விண்ணப்பித்துக் கொள்கிறார். இதுவே இந்தப் புத்தகத்தில் முதல் பாட்டாக இருக்கிறது. இறைவன் புகழைப் படித்து உள்ளத்தே வைத்துப் போற்றுவதனால் உள்ளம் இறைவனுடைய நினைவிலே மிதக்கும்; அதனால் கோழைத்தன்மை நீங்கி இறைவன் திருவருள் துணை செய்யும் என்ற உறுதி உண்டாகும். அந்த நெஞ்சத் திண்மையினால் கூற்று வெகுண்டு வரினும் மாற்றும் ஆற்றல் உண்டாகிவிடும்.

வேறு ஒரு பாட்டில் வேல், சேவல் என்பவற்றைச் செந்தமிழால் பாடும் ஆர்வத்தை அருளவேண்டும் என்று வேண்டுகோள் விடுக்கிறார். அப்படிச் சொன்ன பாட்டில் மிகுதியாக வட சொற்களை அடுக்கி வைத்திருக்கிறார். தமிழ், வடமொழி இரண்டினிடமும் அவருக்குள்ள ஆற்றலையும் அன்பையும் இப் பாடல் வெளி

யாக்குகிறது. திருப்புகழில் பல பாடல்களில் வடமொழிச் சொற் களும் தொடர்களும் விரவி வருகின்றன.

பத்த கணப்ரிய ந்ருத்த நடித்திடு
பக்ஷி நடத்திடு குகபூர்வ
பச்சிம தக்ஷிண உத்தர திக்குள
பக்தர்கள் அற்புதம் எனஓத
சித்ர கவித்துவ சத்தமி குத்ததி
ருப்புகழை

என்பதில் எத்தனை வட சொற்கள் உருக்குலையாமல் அப்படியே வந்திருக்கின்றன!

சில ஆராய்ச்சிக்காரர்கள் அருணகிரிநாதர் வடமொழிக் கவிஞர்களின் வழியில் வந்தவரென்றும், தாமே சில நூல்களை வட மொழியில் இயற்றியிருக்கிறார் என்றும் எழுதியிருக்கிறார்கள். அந்த ஆராய்ச்சியின் முடிவைப்பற்றி நமக்குக் கவலையில்லை, திருப் புகழிலும் பிறவற்றிலும் உள்ள பாடல்களைப் பார்க்கும்பொழுது அவர் வடமொழியில் நிரம்பிய அறிவுடையவர் என்றே எண்ணத் தோன்றுகிறது.

முருகனைப் பற்றிய வீரப் புகழையும் பிற சிறப்புகளையும் ஒவ்வொரு பாடலிலும் விரிக்கிறார். கொடிய சூரன் நடுங்கும்படி வெற்பை இடிக்கும் மயில் மீது ஏறி நடாத்தும் இராவுத்தன் என்கிறார். பாம்புகளோடு சண்டையிட்டு அடக்குவது என்று மயிலைப் பின்னும் சிறப்பிக்கிறார். கிரௌஞ்சமலை ஆறு துண்டு களாக விழவேலை விட்டவனென்று ஓரிடத்திலும், கொடுமுடிகளை யுடைய மலையைக்

கூறிட்ட வேலை உடையவனென்று வேறோரிடத் திலும் பாடுகிறார். முருகன் செஞ்சேவற் கொடியை உடையவன்; அரசன்; குமரன்; குகன்; அசுரர்களுக்குப் பகைஞன்; கலக்கமற்ற வன்; தீரன்; குணங்களால் உயர்ந்தவன்; வள்ளிநாயகியை விரும் பியவன் ; மயில்வாகனன் ; திருமால் மருகன் என்று துதிக்கிறார். திருமாலின் பெருமையை இரண்டிடங்களில் சொல்லுகிறார். கிருஷ்ணாவதார வரலாறுகளில் காளிங்க நர்த்தனத்தையும், இராமா வதாரக் கதையில் அப்பெருமான் வருணன்மேல் அம்பு எய்த தையும் நினைப்பூட்டுகிறார். பெரும் பாம்பில் நின்று நடிக்கும் பிரான் என்று கண்ணனையும், இலங்காபுரிக்குப் போகைக்கு நீ வழி காட்டென்று போய்க் கடல் தீக்கொளுந்த வாகைச் சிலை வளைத்தோன் என்று இராமனையும் சொல்வது காண்க.

கந்தர் அலங்காரச் சொற்பொழிவுகளைப் புத்தக உருவாக்கு வதனால் என்ன பயன் என்று தொடக்கத்தில் நான் நினைத்த துண்டு. ஆனால் இவற்றைப் படித்த பல அன்பர்கள் தாம் பல கருத்துக்களைத் தெளிவு பெற அறிந்து கொண்டதாக எழுதினார்கள்: நேரிலும் சொன்னார்கள். இலக்கியத் துறையில் இப்பாடல் களின் நயங்களை அன்பர்கள் தெரிந்துகொள்ள வேண்டும் என்பது என் தலைமையான நோக்கம் அன்று. பெருங் கருணையாளராகிய அருணகிரிப் பெருமான் வாக்கினால் வாழ்க்கைக்குப் பயன் உண்டாக வேண்டும்; அநுபவத்தில் ஏதாவது வளர்ச்சி அமைய வேண்டும்; அவன் அருளைப் பெறுவதற்கு இப்போதே ஏதேனும் முயற்சி செய்யத் தொடங்குவோம் என்ற ஆசை எழ வேண்டும்; 'முருகன் திருவருள் என்பது வெறும்

கற்பனையன்று; உண்மையில் ஆன்ம லாபம் அடைவிக்கச் செய்யும் செல்வம் அது’

என்ற நம்பிக்கை நெஞ்சறிய ஏற்பட வேண்டும். இந்த நோக்கத்தோடு தான் இந்தச் சொற்பொழிவுகளை ஆற்றுகிறேன்; இவற்றைப் புத்தக உருவில் வெளியிடுகிறேன்.

என்னைக் காட்டிலும் பேரறிவும் இறைவன் திருவருள் நலமும் பெற்றவர்கள் இதைச் செய்தால் இன்னும் எத்தனையோ மடங்கு சிறப்புடையதாகவும் பயனுடையதாகவும் இத்தொண்டு இருக்கும் என்பதில் ஐயமே இல்லை. ஆயினும் அருணகிரிநாதருடைய அருள் வாக்கின் எல்லையற்ற சிறப்பினால் இந்த எளியேனுடைய முயற்சிக் கும் ஒரு சிறிய மதிப்பு, ஒளி கிடைக்கிறது போலத் தோன்றுகிறது. அலங்காரப் பாடல்களைப் படிக்கும் போதும், அவற்றைப் பற்றிச் சிந்திக்கும்போதும், சொற்பொழிவு ஆற்றும்போதும், புத்தக வடிவில் அமைக்கும் போதும் எனக்குள்ளே ஒரு தனி இன்பத்தைக் காண்கிறேன். 'இவற்றோடு பழகுவதனாலேயே இந்தச் சிறிதளவு இன்பம் உண்டாகிறதே. இவர் கூறும் வழியே சென்றால் எத்தனை இன்பம் உண்டாகும்! இவற்றை அருளிய இவருக்கு எத்தகைய இன்பம் கிடைத்திருக்கும்!' என்ற எண்ணம் உண்டாகிறது. அப்போது விளையும் உணர்ச்சியை எந்தச் சொல்லால் சுட்டுவது? பொறாமை என்று சொல்லலாமா? நம்பிக்கை என்னலாமா? ஆர்வம், ஆசை, காதல், பசி, ஏக்கம்-இவற்றில் ஏதாவது ஒன்றைச் சொல்லலாமா? ஏக்கம் என்று ஒருவாறு சொல்லலாம்; ஆனால் அந்த ஏக்கத்திலே ஓர் ஆறுதலும் இருக்கிறது. பசி என்று சொல்லலாம்; ஆனால் அந்தப் பசியிலே ஒரு சிறு நிறைவும் இருக்கிறது. அருணகிரியார் கூறும் அநுபவம்

சத்தியமாகத்தான் இருக்க வேண்டுமென்று உள்ளத்தே ஓர் ஒளிக் கீறல் தோன்றுகிறது.

இந்தச் சொற்பொழிவுகள் கந்தர் அலங்காரப் பாடல்களைப் பூதக் கண்ணாடியில் வைத்துப் பெரியவையாகக் காட்டுகின்ற முயற்சி. அப் பாடல்களில் உள்ள அழகுகள், அநுபவ உண்மை கள் பின்னும் நன்றாகப் புலனாக வேண்டும் என்பது என் ஆசை. இவற்றைப் படித்தவர்கள் கூறுபவற்றிலிருந்து இந்த ஆசை வீணாசையன்று என்று எண்ணத் தோன்றுகிறது. எல்லாம் முருகன் திருவருள்.

அன்பர் திரு அனந்தன் கருத்தாலும் கரத்தாலும் அலங்காரத்தில் ஒன்றிப்போய் எனக்கு உதவி செய்கிறார். முருகன் திருவருளால் அவருக்கு எல்லா நன்மைகளும் உண்டாக வேண்டும் என்று வாழ்த்துகிறேன்.

காந்தமலை
கல்யாணபுரம், சென்னை-*28*

கி. வா. ஜகந்நாதன்
14-8-58

1

மனிதன் தன் வாழ்நாளில் பல விதமான ஆசை கொள்கிறான். வறுமையினாலும் நோயினாலும் அவனுக்குத் துன்பம் வருகிறது. அவனுக்கு அச்சத்தைத் தரும் எல்லாவற்றையும் விட மிகப் பெரியது மரணம். மரணத்தை வெல்லும்' வன்மை' யாருக்கு உண்டாகிறதோ அவர்கள் வேறு எதற்கும் அஞ்சுவது இல்லை. நோய்க்கு மருந்தும், வறுமைக்குச் செல்வமும், பசிக்கு உணவும் பரிகாரமாக இருப்பது போல, மரணத்திற்கு இறைவன் திருவருள் ஒன்று தான் பாதுகாப்பு. அவன் திருவருள் இன்பத்தில் ஊறி நின்ற அருணகிரிநாதப் பெருமான் உலகிலுள்ள ஆருயிர்கள் மரணத்தினின்றும் நீங்கி உய்யும் பொருட்டுப் பலவகையில் உபதேசம் செய்துவருகிறார். காலனால் உண் டாகும் பயத்தைப் போக்கிக் கொள்ள அவர் காட்டுகிற உபாயங்கள் பலவற்றை அவ்வப்போது பார்த்து வருகிறோம். இப்போது ஒரு வகையான பரிகாரத்தை நமக்குச் சொல்கிறார். அதை இனிக் கவனிப்போம்.

நாடோடிப் பாடல்கள்

நம் நாட்டிலுள்ள மக்கள் யாவரும் உழைத்து வேலை செய்கிறார்கள். ஒரு சாரார் மூளையினால் உழைக்கிறார்கள். பெரும்பாலோர் உடம்பினால் உழைக்கிறார்கள்.

மூளையினால் வேலை செய்பவர்கள் ஐந்து மணி வேலை செய்தால் உடம்பினால் வேலை செய்கிற தொழிலாளர்கள் எட்டு மணி வேலை செய்கிறார்கள். கிராமங்களில் சொந்த நிலங்கள் வைத்துக்கொண்டோ, பிறர் நிலங்களிலோ பாடுபடுகின்ற பாட்டாளி மக்கள் காலை முதல் மாலை வரையில் நிலத்தில் பாடுபடுகிறார்கள். உடம்பை வளைத்து நிமிர்த்திக் கடுமையான தொழில்களைச் செய்கிற தொழிலாளர்களுக்கு வேலையில் அலுப்புத் தட்டுவது இல்லையா? உடம்பு நோவு எடுப்பது இல்லையா? அவர்களும் மனிதர்களாகையால் இளைப்பு உண்டாவது இயற்கை. ஆனால் அந்த இளைப்பை மாற்றிக் கொள்வதற்கு அவர்களுக்குச் சில உபாயங்கள் தெரியும்.

ஏற்றம் இறைப்பவர்களும், நாற்று நடுபவர்களும், அரிசி குத்துபவர்களும், சுண்ணம் இடிப்பவர்களும் வேலை செய்யும்போது நேரம் போவது தெரியாமல் இருக்க ஒரு காரியம் செய்கிறார்கள். அவர்களுக்குத் தாங்கள் செய்கிற வேலையினால் தமக்குப் பயன் உண்டென்று நன்றாகத் தெரியும். ஆனால் அந்த வேலையினால் உடம்பு களைத்துப் போகாமல் இருக்கவேண்டுமே; அதற்காகப் பாட்டுப் பாடு கிறார்கள். உள்ளம் களைத்து உடல் களைத்துப் போகாமல் இருக்க அந்தப் பாடல்களை மகிழ்ச்சியுடன் பாடிக் கொண்டே வேலை செய்கிறார்கள். பாட்டிலே மனம் சென் தானால் வேலையினால் உண்டாகின்ற இளைப்புக் குறைந்து விடுகிறது. காலம் போவது தெரியாமல் வேலையில் ஈடுபடுகிறார்கள்.

கிராமங்களில் இத்தகைய காட்சிகளைக் காணலாம். இரண்டு பேர் ஏற்றம் இறைப்பார்கள். ஒருவன்

ஏற்றத்தின் மேல் இருந்து அதை மிதிப்பான். மற்றவன் கிணற் றில் இருந்து தண்ணீர் வாங்கிவிடுவான். கீழே இருப்பவன் பாட மேலே இருப்பவன் அதை வாங்கிப் பாடுவான்.

பாட்டுத் தடைபடாமல் எத்தனை நேரம் போய்க் கொண்டே இருக்கிறதோ அத்தனை நேரம் ஏற்றம் ஓடும். பாட்டுப் பாடியே அவர்கள் உடம்புக்கு வருகிற அலுப் பைப் போக்கிக் கொள்கிறார்கள். அவர்கள் பாட்டில் இனிமை இருக்கிறது; பொருளும் உண்டு. ஆனால் இந்த ரண்டுக்கும் மேலே அவர்களைக் களைப்புறாமல் இருக்கச் செய்கிறது அந்தப் பாட்டின் இசை. "ஏற்றப் பாட்டுக்கு எதிர்ப்பாட்டு இல்லை" என்று ஒரு பழமொழி உண்டு.

இளங்கோவடிகள் சிலப்பதிகாரத்தில் தொழிலாளர் பாடுவதாகப் பல பாடல்களைப் பாடி இருக்கிறார். அந்தப் பாடல்களை, 'வரிப்பாட்டு' என்று சொல்வார்கள்.இளங் கோவடிகள் பழைய பாடல்களைக் கண்டு அந்த மெட்டில் தாமே பாடி அமைத்த பாடல்கள் அவை. இந்த நாட்டில் அங்கங்கே வகைத் தொழிலாளர்கள் பாடுகின்ற பாட்டுக்கள் வேறு வேறாக உள்ளன. அந்தப் பாடல்களை நாடோடிப் பாடல்கள் என்று சொல்வார்கள். அந்த அந்தத் தொழிலில் ஈடுபடுபவர்கள் தங்களுக்கு ஏற்ற பாடல்களைப் பாடிக்கொண்டு வருகிறார்கள். அவற்றை யார் முதலில் பாடினார்கள் என்று சொல்ல முடியாது. காலம் கடந்து, இடம் கடந்து அவை பிரயாணம் செய்துகொண்டே இருக்கும். அந்தப் பயணத்தில் புதிய புதிய அடிகள் வரும்; பழைய அடிகள் மறைந்து போகும். வீடுகளிலும் முதிர்ந்த பெண்மணிகள் இத்தகைய பாடல்களைப்

பாடுவது உண்டு. தாயிடமிருந்து மகள் தெரிந்துகொள்ள, அவள் மீட்டும் தன் மகளுக்குச் சொல்ல, பரம்பரை பரம்பரையாக இந்தப் பாடல்கள் வருகின்றன. ஆங்கிலத்தில் *"Folk Songs"* என்று இவற்றைச் சொல்வார்கள்.

இன்பமும் துன்பமும்

நம்முடைய பெரியவர்கள் வேலை செய்கிறபோது உடம்புக்கு வருகிற துன்பத்தைப் போக்கிக்கொள்ள இத்தகைய பாடல்களைப் பாடிக்கொண்டிருப்பார்கள். பாட்டின் பொருள் தெரியாவிட்டாலும் அதன் இசை அமைப்பு உள்ளத்திற்கு ஊக்கத்தை உண்டாக்கும். அதனோடு பாட்டின் பொருளும் தெரிந்துவிட்டால் அவற்றில் ஒரு தனிச் சுவை உண்டாகும்.

உடம்பைப் பெற்றவர்கள் வாழ்நாள் முழுவதும் உழைத்துக் கொண் டிருக்கிறார்கள். உழைப்பாவது மூன்று கரணங்களினால் செய்கிற செயல்கள். மனத்தினாலே சிந்தித்தாலும் உழைப்புத்தான்; வாக்கினால் பேசினாலும் உழைப்புத்தான்; உடம்பினால் வேலை செய்தாலும் உழைப்புத்தான். ஆகவே ஏதாவது ஒருவகையில் மனிதன் உடம்பு எடுத்த காலம் தொடங்கி இறுதி வரைக்கும் வேலை செய்கிறான். அதனால் விளைகிற இன்ப துன்பங்களை நுகர்கிறான். ஆயினும் அவன் இன்பத்தை நினைந்து அமைதி பெறுவது இல்லை. எப்பொழு தும் இன்பத்தையே அநுபவிக்கிறவர்களோ, துன்பத்தையே அநுபவிக்கிறார்களோ உலகில் யாரும் இல்லை. இன்பமும் துன்பமும் கலந்தே நமது வாழ்க்கையில் வருகின்றன. ஆனால் மனித இயல்பு துன்பத்தை

நினைந்து ஏங்குவது தான். இன்பம் வந்ததே என்று அதை நினைந்து, துன்பம் வந்த காலத்தில் மகிழ்ச்சி அடைவது இல்லை. இன்பம் வந்த காலத்தில் கூட முன்பு வந்த துன்பத்தை நினைத்து மறுபடியும் அது வந்துவிடுமோ என்று ஏங்குகிறான். இன்பத்தினால் உண்டான உணர்ச்சி நெடுநேரம் நிற்பதில்லை.

துன்பத்தினால் மூன்று வகையான விளைவுகள் உண் டாகின்றன. துன்பம் வருவதற்கு முன், அது வந்துவிடுமே என்று அஞ்சுகிறான். துன்பம் வந்தவுடனே துடித்துப் போகிறான். துன்ப நிகழ்ச்சி நேர்ந்துவிட்ட பிறகு, "ஐயோ! நமக்கு இப்படி வந்ததே!" என்று போனதை நினைந்து ஏங்குகிறான். இப்படி ஓரளவு துன்பத்தை மூன் றளவாக்கித் துயர் அடைகிற இயல்பு மனித சாதிக்கு இருக்கிறது.

மரண நினைவு

ஆனால் இத்தகைய நிலை மரணத்தைப் பொறுத்த வரையில் அவனுக்கு இருப்பது இல்லை. மற்ற மற்றத் துன்பங்களை எதிர்பார்த்துத் துயர் உறுவதும், வரும் போதும் வந்தபோதும் துயர் உறுவதும் ஆகிய இயல்பு மனிதனுக்கு இருந்தாலும், மரணம் என்னும் பெரிய துன் பத்தைப் பற்றி அவன் அவ்வாறு இருப்பது இல்லை. 'நமக்கு மரணம் வருமே!' என்று அவன் நினைக்கிறது இல்லை. கண்ணுக்கு முன்னால் நாள்தோறும் பலர் மரித்துக்கொண் டிருந்தாலும் மரணம் என்பது தனக்கும் உண்டென்பதை அவன் மறந்துவிடுகிறான். அப்படி அவன் மறவாமல் இருப்பானானால் ஆராய முற்படுவான். அப்படிச் செய்யாமல் இருப்பதனால் மரணத்தின் துன்பம் அவனுக்கு உடனுக் குடன் மறந்து

போகிறதென்று கொள்ளவேண்டும். கண் ணுக்கு முன்னால் உண்டாகிற துன்பத்தை, அறிவினால் நமக்கு நிச்சயம் உண்டென்று முடிவு கட்டும் துன்பத்தை, மறந்து விட்டு வேறு விளையாடல்களிலும், செயல்களிலும் மனிதன் ஈடுபடுகிறான். இதுதான் மாயை.

பாதுகாப்பு

நல்ல வெயில் அடிக்கிறது. புழுக்கமும் சூடும் தாங்க வில்லை. அப்போது வீதியில் ஒருவன் கம்பளி விற்றுக் கொண்டு போகிறான். "சித்திரை மாதத்தில் கம்பளி எதற்கு? இப்போது விற்றுக்கொண்டு போகிறானே!' என்று யாராவது கேட்கலாம். ஆனால் அவனை அழைத்துக் கம்பளி வாங்குவாரும் இருக்கிறார்கள். சித்திரை மாதத் திற்குக் கம்பளி தேவையில்லை என்பது உண்மைதான். ஆண்டு முழுவதும் சித்திரை மாதமாகவே இருக்குமா? வரப்போகிற மார்கழி மாதத்தில் மிகவும் குளிரும் என்று தெரிந்து முன்கூட்டியே கம்பளி வாங்கி வைத்துக் கொள் கிறார்கள். இதில் மற்றொரு லாபமும் உண்டு. குளிருகிற காலத்தில் வருகிற கம்பளிக்கு விலை அதிகமாக இருக்கும். முன்கூட்டியே வாங்கினால் கொஞ்சம் மலிவாக வாங்கலாம். ஆகையால் பலர் குளிர் வருவதற்குப் பல மாதங்களுக்கு முன்னால் கம்பளியைத் தேடி வாங்கிக் கொள்கிறார்கள்; மலிவாக வாங்குகிறார்கள். அவர்கள் புத்திசாலிகள் என்ற பெயரையும் எடுக்கிறார்கள்.

வெயிலுக்குக் குடை வேண்டும். மழைக்கும் குடை வேண்டும். வெயிலும் மழையும் இருக்கும்போது குடையை விரிக்கவேண்டு மென்று தோன்றுகிறது.

ஆனால் குடையை நாம் வாங்கி வைத்திருந்தால் தான் வெயிலும் மழையும் வரும்போது விரிக்க முடியும்.

இவ்வண்ணமே நமக்கு வருகிற துன்பங்களுக்கு முன் பாகப் பாதுகாப்புத் தேடிக்கொள்ள வேண்டும். நாம் புதிதாகச் சாஸ்திரம் கற்கவேண்டாம். யமன் நம்மைத் தேடிக்கொண்டு வருவான் என்பது யாவரும் அறிந்த செயல். நாம் ஒரு சமயத்தில் இறந்து விடுவோம் என்கிற உண்மையை யாவரும் அறிவார்கள். அதற்குப் பாதுகாப்புத் தேடிக்கொள்கிறவர்கள் தாம் பெரியவர்களாக விளங்குகிறார்கள், அருணகிரிநாத சுவாமிகள் இனிமேல் வருகிற துன்பத்திற்கு இப்போதே ஒரு மருந்து சொல்கிறார்.

அருணகிரியார் கூறும் உபாயம்

கடுமையான வேலை உடம்புக்குத் துன்பத்தைத் தருகிறது. மரணம் உயிருக்குத் துன்பத்தைத் தருகிறது. எழுத்து அறிவு இல்லாதவர்கள் என்று நாம் சொல்லும் ஏழைகள் இசைப் பாட்டுப் பாடியே தங்கள் உடலுக்கு வரும் இளைப்பைப் போக்கிக் கொள்கிறார்கள். அதுபோல் நாமும் பாட்டுப் பாடி உயிருக்கு வருகிற துன்பமாகிய மரணத்தைப் போக்கிக் கொள்ளலாம் என்ற உபாயத்தைச் சொல்கிறார். நம்மைப் பார்த்து அவர் அந்த உபதேசத்தைச் சொல்லவில்லை. இறைவனைப் பார்த்துத் தாம் வேண்டிக் கொள்ளும் முறையில் சொல்கிறார். "ஆண்டவனே,நாளைக்கு யமன் வருவானே! அவன் வரும்போது அஞ்சேல் என்று நீ என்முன்னே வந்து காப்பாற்ற வேண்டும். அதற்காகப் படிக்கும் திருப்புகழ் போற்றுவன்" என்று சொல்கிறார்.

அவர் சொல்வது எப்படி இருக்கிறது தெரியுமா? ஒரு கடைக்காரனிடம் சென்று, "இன்றே இரண்டு ரூபாய் கொடுத்து வைக்கிறேன். பொங்கல் வரும்போது வெல்லத்திற்குத் தட்டு ஏற்பட்டால் என்ன செய்வது? அப்போது ரண்டு வீசை எனக்கு அனுப்பி வைக்கவேண்டும்" என்று சொல்வது போல இருக்கிறது. "வைகாசி மாதம் 6 - ஆந் தேதி என் பெண்ணுக்குக் கல்யாணம் நிச்சயம் செய்து விட்டேன். அன்று நீ எங்கும் போகக் கூடாது. என் வீட்டில் மேளம் வாசிக்கவேண்டும்' என்று நாகசுரக் காரருக்கு ஒரு மாதத்திற்கு முன்பே முன்பணம் கொடுப்பதுபோல இருக்கிறது. "ஆண்டவனே, இப்போது யமன் வரவில்லை. அவன் இன்று வருவானோ? நாளை வருவானோ? என்று வருவானோ? எனக்குத் தெரியாது. அந்தக் காலனையும் ஆட்டி வைக்கிற மகா காலனாகிய உனக்கு அவன் என்று வருவான் எனத் தெரிந்திருக்குமே! அவன் என்னிடம் வரும்போது, என்னை அவன் தன் பாசத்தினால் பிடிக்கும்போது, நீ வந்து அஞ்சேல் என்று என்னைக் காப்பாற்றவேண்டும்" என்று வேண்டிக் கொள்கிறார். "நான் வந்து அஞ்சேல் என்று சொல்ல வேண்டுமானால் அதற்காக நீ என்ன செய்திருக்கிறாய்?" என்று ஆண்டவன் அவரைப் பார்த்துக் கேட்கலாம். அருணை முனிவர் சொல்கிறார்.

"எம்பெருமானே, நான் உன் திருப்புகழைப் படிக் கிறேன். படித்ததை மனனம் செய்கிறேன். ஆகையால் யமன் பாசத்தினால் பிடிக்கும்போது வந்து அஞ்சேல் என்பாய்" என்கிறார்.

படிக்கும் திருப்புகழ் போற்றுவன்; கூற்றுவன்
பாசத்தினால் பிடிக்கும் பொழுது வந்து அஞ்சல் என்பாய்.

இறைவன் புகழ்

திருப்புகழ் என்றாலே இறைவன் புகழ் என்று பொருள். மனிதனுக்கு உண்டாகும் புகழ் புகழாகாது. அது மறைந்துவிடும், உண்மையைப் பார்க்கப் போனால் மனிதன் புகழுக்கு உரியவன் அல்லன். எவன் உண்மையாக ஒரு காரியத்தைச் செய்கிறானோ அவனே புகழுக்கு உரியவன். அவனன்றி ஓரணுவும் அசையாது' என்பது பழமொழி. உலகில் நிகழும் எல்லாக் காரியங்களுக்கும் இறைவனே பொறுப்பாளி .ஆகவே அந்தக் காரியங்களால் உண்டாகும் புகழும் அவனையே சாரவேண்டும்.

எசமானனும் கார் ஓட்டியும்

ஒரு பெரியவர்; காந்தியின் அடியார். அவரை நாம் பார்த்தது இல்லை. அவர் நம் வீட்டுக்கு வருவதாக இருந்தார். நாம் வெளியில் போயிருக்கும் போது வந்து விட்டார். நமக்காகக் காத்துக்கொண்டு அவர் வீட்டுக்குள் இருக்கிறார்.நாம் வெளியில் போய்ப் பின்பு வருகிறோம். நம் வீட்டு வாசலில் ஒரு கார் நிற்கிறது. அவசரமாக உள்ளே நுழைந்த நாம் இடைக்கட்டில் நின்ற ஒருவரைப் பார்த்து மிகவும் உபசாரம் செய்கிறோம். நல்ல அங்கி, கால் சட்டை எல்லாம் அணிந்திருக்கிறார் அவர். நாம் செய்கிற உபசாரத்தைப் பார்த்து மிகவும் கஷ்டப்படுப வரைப் போலத் தெரிகிறது. உள்ளே இருந்து வரும் சிரிப்புச் சத்தத்தைக் கேட்டுத் திரும்பிப் பார்க்கிறோம். 'நாம் எசமானரை வரவேற்காமல் அவரிடம் சம்பளம் வாங்கும் கார் ஓட்டியைப் புகழ்ந்தோம்' என்று அறிந்து வெட்கித் தலை குனிகிறோம்.

இப்படித்தான் உலகத்தில் உள்ளவர்களிடம் யார் எசமானரோ அவரைப் புகழாமல் எசமானரின் கருவியாக இருந்து உதவி செய்கிறவர்களையே புகழுக்கு உரியவராக எண்ணிப் புகழும் வழக்கம் இருக்கிறது. அவர்கள் நமக்கு நன்மை செய்கிறார்கள் என்பது ஓரளவுதான் உண்மை; அவர்கள் எல்லோருக்கும் மேலான தலைவனாக இருக்கிற ஆண்டவனுக்குக் கருவியாக இருந்து நலம் செய்கிறார்கள். எசமானருக்கு உரிய மரியாதையைச் செய்துவிட்டு அவ ருடன் வந்த வேலைக்காரர்களுக்கும் மரியாதை செய்வது நல்லவர்களுக்கு இயற்கை. ஆனால் எசமானரை மறந்து வேலைக்காரனுக்கு மரியாதை செய்தால் நம் காரியம் வெற்றி அடையாது. நல்ல எசமானராக இருந்தால் நம் அறியாமையைப் புரிந்து கொள்வார். பொல்லாதவராக இருந்தால், 'வேண்டுமென்றே அவமானம் செய்கிறானே!' என்று கோபித்துக் கொள்ளக்கூடும். ஆண்டவன் நல்ல எசமானனாக இருப்பதால் நம்பால் கோபம் கொள்ளாமல் அலட்சியமாகச் சிரித்துக் கொண்டிருக்கிறான்.

உண்மையிலேயே புகழுக்கு உரியவன் ஒருவன்தான் இருக்கிறான். அந்த ஒருவனைக் குறித்தே,

"பூமிமேல் புகழ்தக்க பொருளே" என்று அப்பர் சுவாமிகள் பாடுகிறார்,

இறைவன் ஆணை

"என் கண்முன்னால் நின்று எனக்கு உதவி செய்கிறவன் இவன்தானே? ஆண்டவன் உதவி செய்கிறான் என் றால்,

அவனை எனக்குத் தெரியாதே" என்ற கேள்வி உண் டாகும். நம்முடைய கிராமத்தில் மணியக்காரர் வேலை செய்கிறார். அவரைக் குடியரசுத் தலைவரின் பிரதிநிதி என்று சொல்கிறோம். "நான் ராஷ்டிரபதியைப் பார்த்தது இல்லையே! நான் எப்படி அவருக்குக் குடியாவேன்?" என்று யாராவது சொல்ல முடியுமா?

"உறங்கு மாயினும் மன்னவன் தன்னொளி
கறங்கு தெண்டிரை வையகம் காக்குமால்"

என்று சீவகசிந்தாமணி ஆசிரியர் சொல்கிறார். அரசன் தூங்கிக்கொண் டிருந்தாலும் அவன் ஆணை நாடு முழுவ தும் காத்து நிற்கும். எந்த இடத்திலும் அந்த ஆணை நிலவும். அவன் விழித்துக் கொண்டிருந்தாலும், தூங்கி னாலும் ஆணை தூங்குவதில்லை. அவன் ஆணை செவ்வை யாக இருந்தால் அவன் வேலைக்காரர்கள் தூங்காமல் நாட்டைப் பாதுகாப்பார்கள். அப்படி அவர்கள் காப்ப தற்கு மூலகாரணம் அவனுடைய ஆணை.

இது அரசியல் உலகில் நன்றாக விளங்கும் செய்தி. இதுபோலத்தான் உலகம் முழுவதும் இறைவன் ஆணையினால் இயங்குகிறது. அவனுக்கு அடங்கிய அதிகாரிகளாகவும், தொண்டர்களாகவும் பல தேவர்கள் இருக்கிறார்கள். உலகத்திலுள்ள மக்கள் யாவருமே அவன் கருவியாக இயங்குகிறார்கள். இறைவன் ஆடாமல் அசங்காமல் இருக்கிறான். ஆனால், அவன் அருள் ஆணையினால் உலகம் எல்லாமே ஆடுகிறது; ஓடுகிறது; இயங்கி வருகிறது. பம்பு தண்ணீரை இறைக்கிறது. ஹீட்டர் வெம்மையைக் கக்குகிறது. விசிறி சுற்றுகிறது. இவற்றுக்கு எல்லாம் காரணமான மின்சார

மூலக்கருவி அசையாமல் ஆடாமல் இருக் கிறது. அசையாமல் ஆடாமல் இருக்கிற அந்தப் பகுதியே ஆடி வேலை செய்கிற பகுதிகளின் இயக்கத்திற்கு எல்லாம் மூலகாரணமாக இருக்கிறது. இது விஞ்ஞானத்தில் எப்படி உண்மையோ, அதுபோல் ஆண்டவன் ஆடாமல் அசையா மல் இருந்தாலும் மற்றவற்றை யெல்லாம் ஆட்டி. வைக்கிறான் என்பதும் உண்மை. பரஞ்சோதி முனிவர் இதைச் சொல்கிறார்.

வாளா இருப்பவன்

**"பூவண்ணம் பூவின் மணம்போல மெய்ப்போத இன்பம்.
ஆவண்ணம் மெய்கொண்ட வன்தன் வலிஆணை தாங்கி
மூவண்ணல் தன்சந்நிதி முத்தொழில் இயற்ற வாளா
மேவண்ணல் அன்னான் விளையாட்டின் வினையை
வெல்வாம்."**

பிரம்மா படைப்புச் செயலைச் செய்கிறார். திருமால் ரட்சிக்கும் தொழிலை ஏற்றுக் கொண்டிருக்கிறார். ருத்திரர் சங்காரத் தொழிலை நடத்துகிறார். இந்த மூன்று பேரும் எப்போதும் வேலை செய்துகொண்டே இருக்கிறார்கள். ஆனால் இந்த மூவர் வேலைக்கும் மூலகாரணமான ஆணையை வைத்திருக்கிறான் பரமேசுவரன். பூவுக்கு ஒரு வடிவம் உண்டு; நிறம் உண்டு; மணம் உண்டு. அந்த மூன்றும் தனித்தனி யாகப் பிரிக்க இயலாதவை. மூன்றும் ஒட்டியிருப்பது போலச் சத் சித் ஆனந்தம் என்ற மூன்று இயல்பும் ஒன்றாக இணைந்து அமைந்த பரமேசுவரன் சும்மா இருக்கிறான். மூன்று மூர்த்திகளும் தன்னுடைய ஆணையைத் தாங்கித் தன் சந்நிதானத்தில் தொழிற் படும்படி இயக்கிக்கொண்

டிருக்கிறான். அவன் இயக்கி வைப்பதனால்தான் மற்றவர்கள் இயங்குகிறார்கள்.

ஒரு கல்யாண வீட்டில் அங்கும் இங்கும் ஓடிச் செயற் படுகிறவர்கள் எல்லோரும் வீட்டுக்குத் தலைவர்களாக இருப்பது இல்லை. தலைவன் சும்மா கையைக் கட்டிக் கொண்டு நின்றாலும், அவன் நிற்பதனாலேயே அவனைப் பார்த்துப் பலர் வேலை செய்து கொண்டிருக்கிறார்கள். ஓடியாடி வேலை செய்கிறவர்கள் யாவருமே கடைநிலை ஊழியர்கள் தாம். அதுபோல் இறைவன் வாளா இருந் தாலும் அவன் வலியாணை தாங்கி மும்மூர்த்திகளும் செயற் படுகிறார்கள்; முப்பத்து முக்கோடி தேவர்களும் தொழிற் படுகிறார்கள். உலகம் இயங்குகிறது. அண்ட ப பகிரண்ட சராசரங்கள் இயங்குகின்றன. தாய் குழந்தைக்கு உணவு தருகிறாள். பணக்காரன் ஏழைக்கு உணவு போடுகிறான். வலியவன் பல பல உதவிகளை மெலிந்தவனுக்குச் செய் கிறான். இப்படி எல்லாவற்றுக்கும் எல்லா இயக்கத்திற்கும் மூலமாக இருப்பது சும்மா இருக்கிற பரமேசுவரன் ஆணை.

கால் நடக்கிறது, கை கொடுக்கிறதென்றால் கையும் காலும் தாமாகவே செயற்படுகின்றனவா? உயிர் என்ற ஒன்று இருந்து ஆட்டி வைக்காவிட்டால் அவற்றால் ஒரு வேலையும் செய்ய இயலாது. உடம்பிலுள்ள ஒவ்வோர் அங்கத்தையும் இயங்கச் செய்கிறது உயிர் என்பதை நன்கு உணர்கிறோம். உயிர் போய்விட்டால் உடம்புக்கு ஜடம் என்ற நிலை வந்துவிடுகிறது. உடம்பை இயக்குகிறது உயிர் என்பது நாம் தெரிந்துகொண்ட உண்மை. உடம்பில் உயிர் இருக்கிறது என்பது அநுமானப் பிரமாணம். உயிரை யாரும் கண்ணால் பார்த்தது இல்லை. அது

பிறக்கும் போது கண்ணுக்குத் தெரியாது. இறக்கும்போதும் தெரிவது இல்லை. ஆனால் உடம்பு இயங்குவதைக் கொண்டு உயிர் இருக்கிறதென்று தெரிந்துகொள்கிறோம். புகையைக் கண்டு அங்கே நெருப்பு இருக்கிறதென்று ஊகிப்பது போல, உடம்பு செயற்படுவதைக் கொண்டு உயிர் இருக்கிற தென்று தெரிந்துகொள்கிறோம். இது அநுமானப் பிர மாணத்தினால் தெரிந்து கொள்கிற உண்மை.

கைம்மாறு ஏது?

உடம்பை இயக்குவது உயிர் என்று தெரிந்துகொள்ளும் ஆற்றல் படைத்த நமக்கு உயிர்களை எல்லாம் இயக்குபவன் ஆண்டவன் என்ற அறிவும் வரவேண்டும். அதுவும் அநுமானந்தான். அப்படி அநுமானித்து எல்லாச் செயல் களுக்கும் காரணமானவன் இறைவன் என்று தெரிந்து கொண்டால் அவனுக்கு நம் நன்றி அறிவைக் காட்ட வேண்டும் அல்லவா? அவனுக்கு நாம் கைம்மாறு செய்ய இயலாது. நமக்கு என்று சொந்தமாக ஏதாவது இருந்தால் கொடுக்கலாம். அப்படி இருந்தாலும் அவன் நமக்குக் கொடுத்த அளவு நாம் திரும்பிக்கொடுக்க முடியுமா? 'அவன் நமக்குக் கொடுத்தானே!' என்று மனமார எண்ணி. நன்றி அறிவைக் காட்டவேண்டும்.

ஆயிர ரூபாய் திருமணத்துக்குக் கொண்டுவந்து பெண்ணைப் பெற்றவர்கள் கொடுக்கிறார்கள். பிள்ளையைப் பெற்றவர்கள் எதிர்மரியாதைக்காக அந்த ஆயிர ரூபாயிலேயே ஐந்து ரூபாயை எடுத்து அவர்களிடத்தில் கொடுக்கிறார்கள். அது போலத்தான் ஆண்டவன் நமக்குத் தனு கரண புவன போகங்களை எல்லாம் தந்திருக்கிறான். நம்முடைய நன்றி அறிவைக்

காட்டப் புதியதாக ஒரு பொருளை நாமே படைத்து அவனுக்குக் கொடுக்க முடியாது.

அவன் கொடுத்திருக்கிற நாவினால் அவன் புகழைப் பாடி நன்றி அறிவைக் காட்டலாம்.

ஒருவர் எனக்கு ஆயிரம் ரூபாய்க்குத் செக் கொடுக்கிறார். அதைப் பாங்கில் கொண்டுபோய்க் கொடுக்கிறேன். நான் கேட்டவண்ணம் அங்கேயுள்ள 'காஷியர்' ஐந்து ரூபாய் ஆகவும்,பத்து ரூபாய் ஆகவும், சில்லறையாகவும் கொடுக்கிறார். நான் கேட்டபடி கொடுக்கிறவர் அவர் தாமே?"ஐயா நீங்கள் ஆயிரம் ரூபாய் கொடுத்தீர்கள்; நன்றாக வாழவேண்டும்" என்று சொல்லிப் புகழலாமா? தாமதம் பண்ணாமல் கொடுத்ததற்கு ஓரளவு அவரை வாழ்த்தலாம். ஆனால் நமக்கு யார் 'செக்' கொடுத்தாரோ அவரே பெரிய புகழுக்குக் காரணமானவர். அவர் ஐந்நூறு ரூபாய் என்று எழுதியிருந்தால் 'காஷியர்' நமக்குத் தேவை. ஆயிரம் என்று சொன்னால் கொடுத்து விடுவாரா? இந்த ஆயிரம் ரூபாய் கொடுப்பதற்குக் காரணமாக இருந்தவர் செக்கில் கையெழுத்துப் போட்ட முதலாளி. அவரைப் புகழவேண்டும் என்பதே பகுத்தறிவுக்கு ஒத்த செயல்.

புகழ்வதற்கு உரியவன்

ஆகவே, உலகில் நடக்கின்ற எல்லாவற்றுக்கும் மூல காரணமாக இருக்கிற ஆண்டவனை நன்றாகப் புகழ்ந்து வாழவேண்டும். அவன் ஆணைக்குக் கருவியாக அருகில் இருந்து உதவி செய்கிறவர்களை ஓரளவு புகழ்வதில் தவறு இல்லை. துன்பம் வரும்போது, "இந்த ஆண்டவனுக்குக் கண் இருக்கிறதா?" என்று திட்ட நமக்கு

வாய் இருக்கிறது. ஆனால் இன்பம் வரும்போது அதற்குக் காரண இறைவன் என்பதை மறந்துவிடுகிறோம். நம்முடைய வசைக்கு ஆளாகும் ஆண்டவன் நம் புகழுக்கும் ஆளாக வேண்டாமா? உண்மையில் எம்பெருமான்தான் எல்லா வற்றையும் நமக்குக் கொடுக்கிறான் என்று தெரிந்து கொள்ளவேண்டும். அவன் நமக்குப் பல வகையில் உதவி செய்கிறவன். ஆகையால் நாம் அவனைப் புகழவேண்டும், சிறப்பாகப் புகழவேண்டும் என்று தெரிந்துகொள்ள வேண்டும். அவன் புகழ்தான் உண்மையான புகழ்.

புகழைப் போற்றுதல்

இறைவனோடு சார்ந்த பொருள்களை எல்லாம் மரி யாதையாகச் சொல்வது நம் தமிழ்நாட்டு மரபு. அவன் மேனியைத் திருமேனி என்பார்கள். அவன் அடியைத் திருவடி என்பார்கள். அப்படியே அவன் புகழைத் திருப்புகழ் என்று சொல்வது முறை. அருணகிரியார் முருகப் பெருமானின் புகழைத் திருப்புகழ் என்று பாடியிருக்கிறார். 'இறைவா, உன் திருப்புகழை நான் படிப்பேன். பலமுறை படித்து மனனம் பண்ணிக் கொள்வேன்" என்று சொல்கிறார். திருப்புகழ் என்றது இங்கே பொதுவகையில் முருகன் புகழ் என்று கொள்வதற்கு உரியது.

படிக்கும் திருப்புகழ் போற்றுவன்.

போற்றுதல் - பாதுகாத்துக் கொள்ளுதல். 'படிக்கிற உன் புகழைப் பாதுகாத்து வைத்துக் கொள்வேன்' என்பது பொருள். கையில் உள்ள அணி ஆடை முதலிய பொருள் களைப் பாதுகாப்பாக வைக்கும் இடம் பெட்டி. எம்பெரு

மானின் திருப்புகழைப் போற்றி வைக்கும் இடம் மனம். **'செவி வாயாக நெஞ்சு களனாக'** என்று இலக்கண நூலார் சொல்வார்கள். வாய் வழியாகச் சோற்றை உண்டு வயிற்றில் சேமித்துக் கொள்வது போலக் காது வழியாகக் கல்வியை உண்டு உள்ளத்தில் தேக்கிக் கொள்ளவேண்டு மென்பார்கள். உணவு சிறிது நேரம் ஆனவுடன் சரித்துவிடுகிறது. மறுபடியும் உணவைத் தேடிக்கொள்ள வேண்டும். ஆனால் நாம் காதால் கேட்டு வாங்கிக் கொள்வதை உள்ளம் பல காலம் வைத்துக்கொள்ள முடியும். அதை மறந்துவிடுகிற மக்களும் இருக்கிறார்கள். பணத் தைப்போற்றுவதைவிடக் கல்வியைப் போற்றுவது சிறப்பு. பாடம் கேட்டால் போதாது. அதை மனனம் செய்து மீட்டும் சொல்லிச் சொல்லிப் பழகினால் உள்ளத்தடத்தில் பதிந்துவிடும். "அப்படி உன் புகழைப் படித்து அதைப் போற்றுவேன்" என்கிறார் அருணகிரியார்.

முதலில் திருப்புகழைப் படிக்கவேண்டும். படித்துப் பழக்கம் செய்து கொள்ளவேண்டும். பலகாலம் படித்துப் பழகுவதோடு அதை மனத்தில் வாங்கிக்கொள்ள வேண்டும். பொருளைப் பற்றிக்கொள்வது போலப் பற்றிக் கொள்ளவேண்டும். அதனால், 'போற்றுவன்' என்று சொன்னார். நமக்கு வேண்டாதன பலவற்றை மனத்தில் வைத்துக் கொண்டிருக்கிறோம். நாம் பட்ட துன்பங்களை எல்லாம் நினைத்துக்கொண்டே இருக்கிறோம். அழகான ஆடை அணிகளை வைக்கவேண்டிய பெட்டியில் கூழாங்கல், கண்ணாடித் துண்டு முதலியவற்றைப் பொறுக்கிப் போட்டுக் கொண்டிருப்பவன் பைத்தியம். இறைவன் புகழை வைத்துப் போற்றவேண்டிய உள்ளத்தில் பைத்தியத்தைப்

போல வெறுக்கத்தக்க பல பொருள்களைப் போட்டு நிரப்பிக்கொண்டிருக்கிறோம். அத்தகைய உள்ளம் சிறந்த பெட்டியாகாது. நம்முடைய உள்ளத்தில் இறைவன் சம்பந்தமான பொருள்களே இருந்தால் அந்த உள்ளங் தான் சிறந்த பெட்டியாக இருக்கும். நன்றாகத் திருப் புகழைப் படித்துப் பொருள் தெரிந்து அதில் ஈடுபட்டு நம் முடைய நெஞ்சத்திலே வைத்து அதைப் பாதுகாக்க வேண்டும்.

படிக்கும் திருப்புகழ் போற்றுவன்

என்ற அடியிலே இதனைத்தான் நமக்கு அருணகிரிநாதர் உபதேசம் செய்கிறார்.

காலம் போதல்

மனத்தில் ஏதேனும் ஒன்று இருக்குமானால் அடிக்கடி நாம் சொல்வதற்கு அது உதவியாக இருக்கும். எத்தனையோ செய்கைகளைச் செய்கிற நமக்குக் காலம் மலையாத நின்று துன்புறுத்துகிறது. காலம் போகவில்லையே என்று நினைக்கும்போது நம் உடம்பு சிரமப்படுகிறது; உள்ளம் துன்புறுகிறது. உள்ளம் துன்புறாமல் இருந்தால் காலம் போவதே தெரியாது. வேலையினால் வருகிற சிரமத்தைப் போக்கிக் கொள்வதற்குத் தொழிலாளர்கள் பாடுவதைப் போல, நம்முடைய உலக வாழ்வில் வருகிற சிரமங்களைப் போக்கிக் கொள்வதற்குத் திருப்புகழ் ஆகிய பாட்டு நமக்குப் பயன் படும். படிக்கும் திருப்புகழைப் போற்றிக் கொண்டிருந் தால் காலம் போவது தெரியாது. காரியங்கள் பல செய்து கொண்டிருக்கலாம். இந்த இரகசியத்தைத்

இரகசியத்தைத் தெரிந்து கொள்ள வேண்டுமானால் நம் வீட்டுத் தாய்மார்களைப் பார்த்தால் போதும்.

தாய்மார்களின் பழக்கம்

அவர்கள் நாம் எழுவதற்கு முன்னே எழுந்திருந்து சாணம் தெளித்து, வீதி பெருக்கிக் கோலம் போடுகிறார்கள். அதுமுதல் இடைவிடாமல் வீட்டு வேலைகளை எல்லாம் செய்கிறார்கள். நாம் எல்லோரும் படுத்துக் கொண்டு தூங்கும் வரையில் வேலை செய்கிறார்கள். எல்லோரும் தூங்கிய பிற்பாடு தூங்கச் செல்கிறார்கள்.

'பின்தூங்கி முன்எழும் பேதையே '

என்று திருவள்ளுவர் பாடியதாக ஒரு பாட்டு உண்டு. இந்த நாட்டு மகளிர்களுடைய உழைப்பு அத்தகையது.

பராசக்தியின் திருவிளையாடலும் அத்தகையதுதான். பிரபஞ்சம் தோன்றுவதற்கு முன்னால் எத்தனையோ தத்துவங்கள் தோன்றும். அந்தத் தத்துவங்களிலும் மூலதத்துவம் நாதம். அதற்கும் முன்பு பராசக்தி தோன்றுகிறாள். பரசிவம் தொழிற்படத் தொடங்கியவுடன் பராசக்தி தோன்றுகிறாள். எல்லாத் தத்துவத்திற்கும் தாயாகிய அந்தப் வெருமாட்டி தோன்றிய பிற்பாடு பிரபஞ்சத் தோற்றம் தொடங்குகிறது. எல்லாத் தத்துவங்களும் ஒடுங்கும் போது தாயாகிய பராசக்தி எல்லாவற்றையும் தனக்குள் அடக்கிக்கொண்டு தான் பரமசிவத்திடம் ஒன்றுவாள். எல்லாத் தத்துவங்களுக்கும் முன்னாலே தோன்றி, எல்லாத் தத்துவங்களுக்கும் பின்னாலே அடங்குவது, நம் முடைய வீட்டுத் தாய்மார்கள் முன் எழுந்து பின் தூங்குவது

போன்றது என்று சொன்னால் அதில் தவறு ஒன்றும் இல்லை.

அலுப்புச் சலிப்பு இல்லாமல் தாய்மார்கள் அத்தனை காரியங்களையும் எப்படிச் செய்கிறார்கள்? காலையில் எழுந்தால் உதய ராகத்தில் இறைவன் புகழைப் பாடுவார்கள். மற்ற நேரங்களிலும் லலிதா சோபனம், திருவிளக்குத் தோத்திரம், துளசி தோத்திரம், கந்தர் அலங்காரம் என்று இறைவன் துதிப் பாடல்களைப் பாடிக்கொண்டே வேலை செய்வார்கள். அதனால் வேலையில் உண்டாகிற சிரமம் அவர்களுக்கு இராது.

பாடலால் விளையும் பயன்

இரண்டு மைல் தூரம் நடந்து போகவேண்டுமென்றால் கந்தர் அலங்காரத்தைச் சொல்லிக்கொண்டு நடந்து பார்த்தால் தெரியும். இரண்டு மைல் நடந்திருப்போம்; ஆனால் நேரம் போனது தெரியாமல், வழி கடந்தது தெரியாமல், எளிதில் அந்தக் காரியம் ஆகிவிடும். என்னுடைய ஆசிரியர் அவர்கள் ஒன்று சொல்வார்கள். இறைவனுடைய பூசைக்கு மலர் பறிக்கும்போது துதிப் பாடல்களைச் சொல்லிக்கொண்டு பறிப்பார்களாம். பாடலும் நன்றாக மனனம் ஆகும்; செய்கிற வேலையும் எளிதில் நிறைவேறி விடும். இதை அநுபவத்தில் காணலாம். மனத்துக்கோ உடம்புக்கோ இளைப்புத் தருகின்ற செயலில் ஈடுபடும் போ து இப்படி ஒரு பழக்கத்தைச் செய்துகொண்டால் எளிதில் காலத்தைக் கழித்து வேலையை நிறைவேற்றி விடலாம்.

உடம்பைச் சுமப்பதாகிய வேலையை எப்பொழுதும் செய்துகொண்டிருக்கும் நாம் உயிருக்கு வரும்

துன்பத்தைப் போக்கிக்கொள்ள ஆண்டவனுடைய திருப்புகழைப் படித்து மனனம் செய்து சொல்லிக் கொண்டே இருத்தல் நல்லது.

மனிதன் வாயினால் பேசுகிறான். அந்தப் பேச்சு வெறும் ஒலி அல்ல. அதில் பொருள் இருக்கிறது. வெறும் ஒலியாக இருக்கிற அழுகை முதலியவற்றுக்குக் கூட, பாவம் இருக்கிறது. மனிதன் வளர வளர நுட்பமான கருத்துக் களைத் தன்னுடைய பேச்சினால் தெரிவிக்கிறான். இலக் கியப் பெரும் புலவர்கள் தாம் உணர்த்த வேண்டிய கருத் துக்களை இலக்கியமாகப் படைத்துக் கொடுத்திருக்கிறார் கள். இலக்கியப் புலமையோடு ஆண்டவன் திருவருள் இன்ப அநுபவம் பெற்றவர்கள் மற்றவர்களுக்குத் தெரிவிக்கவேண்டிய கருத்துக்களை அழகான பாடல்களில் சொல்லி யிருக்கிறார்கள். அந்தப் பாடல்கள் எடுத்தவுடன் விளக்கமாகத் தோன்றுவது இல்லை. படிக்கப் படிக்க நம் மனப் பெட்டிக்குள் செல்கிறது. நாம் எவ்வளவு அதிகமாகப் பழகுகிறோமோ அவ்வளவுக்கு அவ்வளவு அவற்றைப் பற்றிய செய்திகளை மேலும் மேலும் தெரிந்து கொள்ள வேண்டுமென்ற ஆசை நமக்கு எழுகிறது. ஒரு பாட்டை மனனம் செய்துகொண்டு விடுவோமானால் அது சம்பந்தமான செய்திகளை, அதன் பொருளை, அதன் கருத்து நுட்பங்களைத் தெரிந்துகொள்ள வேண்டுமென்ற ஆர்வம் எழுகிறது. படிக்கும் திருப்புகழைப் போற்றி வைப்பதனால் அடிக்கடி அதைச் சொல்கிற வழக்கம் உண்டாகிறது. சொற்களால் அமைந்த பாடல்களுக்குப் பொருளும் உண்டு. ஆகையால் பொருளைத் தெரிந்துகொள்ள ஆசைப் படுகிறோம். ஒரு முறை தெரிந்துகொள்வதோடு மட்டுமன்றி மேலும் மேலும் அறிந்து அதனூடே

கிடக்கிற கருத்து நுட்பங்களையும் தெரிந்து கொள்ள ஆசைப்படுகிறோம்.

ஆர்வமும் அநுபவமும்

அருணகிரிநாதப் பெருமானைப் போன்ற அருளாளர்கள் பாடிய பாடல்களில் மேலெழுந்தவாரியாகத் தோன்றுகிற பொருள் ஒன்று உண்டு. அதனூடே அநுபவ நுட்பம் சேர்ந்த கருத்தும் இருக்கும். எத்தனைக்கு எத்தனை அத்தகைய பாடல்களினூடே பழகுகிறோமோ அத்தனைக்கு அத்தனை அவற்றின் உள்ளே அமைந்திருக்கிற அநுபவக் கருத்துக்கள் நன்கு புலனாகும். அப்படி அநுபவக் கருத்துப் புலனாகும்போது அதனை அறிந்துகொள்ளும் அளவில் நாம் நின்றுவிட மாட்டோம்.

நாம் நடந்துகொண்டிருக்கும்போது வழியில் ஒரு காகிதம் கிடைக்கிறது. அதை எடுத்துப் பார்க்கிறோம். அதில் பல வகையான உருவங்கள் இருக்கின்றன. நாம் படிப்புடையவராதலால் அதிலுள்ள எழுத்துக்களைப் படிக்கிறோம். அது நூறு ரூபாய் நோட்டு என்று தெரிகிறது. முதலில் எடுத்தபோது நோட்டு என்று தெரியவில்லை. எடுத்துப் பார்த்தபோது நோட்டு என்று தெரிகிறது. எடுத்தது ஒரு செயல். ரூபாய் நோட்டு என்று தெரிந்து கொண்டது அறிவு. இந்த இரண்டோடு நாம் நிற்பது இல்லை. படத்தைப் பார்த்துக்கொண்டே நிற்கிற செயல் வேறுவகையான காகிதங்களாக இருந்தால் அமையும். நம் கையில் கிடைத்தது ரூபாய் நோட்டு என்ற அறிவை நாம் பெற்றவுடனேயே அந்த நோட்டைப் பயன்படுத்திக் கொள்ள வேண்டுமென்ற நினைவு எழுகிறது. ரூபாய் நோட்டு என்ற அறிவு அதனைச்

செலாவணியாக்கும் செயலில் கொண்டுவந்து நிறுத்துகிறது.

அதுபோல் இறைவனுடைய திருவருள் இன்ப அநுபவங்களைக் குறிக்கும் பாடல்களை மனனம் பண்ணி, அவற்றின் கருத்தை நாம் உணரும்போது, நமக்கும் அத்தகைய இன்பம் வேண்டுமென்ற ஆசை எழுகிறது. அதற்கு என்ன வழி என்று ஆராய்ச்சி செய்ய முனைகிறோம். அந்த இன்ப அநுபவத்தைப்பற்றிய அறிவு நமக்குத் தோன்றும் போது அதைப் பெறுவதற்குரிய முயற்சியும் உண்டாகிறது. அப்போது மனனம் செய்த பாட்டு நமக்குத் துணையாக நின்று வழிகாட்டுகிறது; நம்மைத் தூண்டிவிட்டுச் சாதனத்தில் செலுத்துகிறது.

2

பயன்

அருணகிரி நாதர். "படிக்கும் திருப்புகழை நான் போற்றுகிறேன். அதற்கு ஒரு பயன் எனக்கு அருள வேண்டும்" என்று சொல்ல வருகிறார்.

கூற்றுவன் பாசத்தினால்
பிடிக்கும் பொழுது வந்து அஞ்சல் என்பாய்

என்கிறார். மார்க்கண்டன் கதை நமக்குத் தெரியும். அவன் உடம்பில் இருந்து உயிரைக் கூறுபோடக் கூற்றுவன் தன் எருமைக்கடா வாகனத்தில் வந்தான்; பாசக் கயிற்றோடு வந்தான். அந்தக் கயிற்றை வீசி மார்க்கண்டனை இழுக்கும்போது சிவபெருமான் அஞ்சேல் என்று தோன்றினான். யமனுடைய வாகனம் ஒருபுறம் விழ,

சூலம் ஒருபுறம் விழ, பாசக் கயிற்றை அறுத்து எறிந்து, அவனை உதைத்துக்கொண்டே எழுந்தான் பெருமான். மார்க்கண்டேயன் உயிரைப் போக்க வந்தவனுடைய உயிரே போய்விட்டது. இறைவனுடைய புகழைப் போற்றி, அவனை இரு கரங்களாலும் அணைத்துக் கொண்ட மார்க்கண்டேயனைப் போல, நாமும் திருப்புகழைப் படித்து அதனைப் போற்றி அதன் கருத்துக்குள்ளே நனைந்து அதன் பயனாக எம்பெருமானை இருதயத்திற்குள் அணைத்துக் கொண்டுவிட்டால் நாமும் காலனை வென்றுவிடலாம்.

இடைவிடாத பயிற்சி

ஆனால் அதற்குத் தொடர்ந்து சாதகம் செய்ய வேண்டும். ஒருநாளில் நிகழ்கிற காரியம் அன்று இது. இறைவன் திருப்புகழைப் படித்துப் படித்து மனனம் செய்து, பாராயணம் பண்ணி, தியானம் செய்து பழகினால் நிச்சயம் அதன் பயன் கிடைக்கும். இப்பொழுது தினந்தோறும் செய்கிற காரியங்களோடு, அதையும் விடாமல் செய்ய வேண்டும். காலன் வரும்போது திருப்புகழ் கற்கலாமே என்று எண்ணிப் பயன் இல்லை. பரீட்சை வரும்போது படித்து அப்படியே கக்கிவிடலாம் என்று சொல்லும் மாணவர்களின் எண்ணம் போன்றது அந்த எண்ணம். சொல்லை ஒலியாகத் தெரிந்துகொண்டு, பின்பு அதன் பொருளையும் தெரிந்துகொண்டு, அப்பால் அதிலுள்ள உணர்ச்சியையும் உணர்ந்து அந்த வழியில் நிற்பதற்குப் பலகாலப் பழக்கம் வேண்டும்.

உலகத்தில் ஏதேனும் ஒரு சாலை அமைய வேண்டுமானால் அதற்குப் பலகாலம் முயற்சி செய்கிறார்கள். நம் மனத்திலே திருப்புகழ்ச் சாலை

போடுவதற்குப் பலகாலப் பழக்கம் வேண்டும். முதலில் சொல்லாலே போட்டு, பின்பு பொருளாலே போட்டு, அப்புறம் உணர்வாலே போட்டால் அநுபவம் என்ற வண்டி அதன் மேலே செல்லும்; அநுபவம் என்ற வண்டியில் உயிர் ஏறிச் செல்வதற்கு அந்தச்சாலை உதவியாக இருக்கும்.

பாடலும் யம பயமும்

இறைவனுடைய திருப்புகழைப் படித்துப் போற்ற வேண்டுமென்று இந்தப் பாட்டில் சொன்னார். முன்பும் ஒரு பாட்டுப் பார்த்தோம். இறைவனுடைய புகழைக் கற்றுக்கொள்ளாமல் இருக்கிறீர்களே! நாளைக்கு யமன் வந்து கொடிய பாசக்கயிற்றை வீசினால் என்ன செய்வீர்கள்?" என்று சொன்னார்.எப்படியோ திருப்புகழுக்கும் கூற்றுவனுடைய பாசக் கயிற்றுக்கும் ஒரு தொடர்பு இருப்பது தெரிகிறது. பாசக் கயிற்றை அறுக்கப் பாட்டு உதவும் என்று புலனாகிறது.

"அழித்துப் பிறக்காட் டா அயில் வேலன் கவியை
அன்பால் எழுத்துப் பிழையறக் கற்கின்றி லீர்எரி
மூண்டதென்ன விழித்துப் புகைஎழப் பொங்குவெங்
கூற்றன் விடும்கயிற்றால் கழுத்தில் சுருக்கிட் டிழுக்குமன்
றோகவி கற்கின்றதே?"

என்ற பாட்டில் எதிர்மறை முகத்தால், 'அயில்வேலன் கவியை இப்பொழுதே படிக்கவேண்டும். பிழை இல்லாமல் படிக்கவேண்டும்' என்று வற்புறுத்தினார். "உங்களுக்கு வரும் பெரிய துன்பமாகிய மரணத்தை மறந்துவிட்டுச் சும்மா இருக்கிறீர்களே; அதை மாற்றவேண்டுமானால், அயில் வேலன் கவியைப்

பிழையறக் கற்கவேண்டும்; அப்படிச் செய்யாமல் இருக்கிறீர்களே!' என்றார்.

பின்னே ஒரு பாட்டிலும் இறைவனுடைய புகழுக்கும், கூற்றுவனால் உண்டாகும் துயருக்கும் தொடர்பைக் காட்டுகிறார். முன்பு கற்கவேண்டுமென்பதைச் சொன்னார். இப்போது பார்க்கும் பாட்டில், கற்று மனனம் செய்யவேண்டுமென்று சொல்கிறார். இனி வரும் ஒரு பாட்டில் எதைக் கற்கக் கூடாது, எதைக் கற்க வேண்டு மென்று விதி விலக்கு இரண்டையும் சொல்கிறார்.

"கிழியும் படியடற் குன்றுஎறிந் தோன்கவி கேட்டுஉருகி
இழியும் கவிகற் றிடாது இருப் பீர்எரி வாய்நரகக்
குழியும் துயரும் விடாய்ப்படக் கூற்றுவன்
ஊர்க்குச்செல்லும் வழியும் துயரும் பகரீர் பகரீர்
மறந்தவர்க்கே."

"நான் திருப்புகழைப் படித்து, அப்படிப் படிக்கும் திருப்புகழை மனத்திலே வைத்துப் போற்றுவேன். அத னுடைய பயனாக யமன் வரும்போது நீ என்னைக் காப்பாற்ற வேண்டும்" என்று வேண்டிக்கொள்ளும் பாட்டை போது கேட்கிறோம்.

படிக்கும் திருப்புகழ் போற்றுவன்; கூற்றுவன்
பாசத்தினால் பிடிக்கும் பொழுது வந்து அஞ்சல் என்பாய்.

3

இனி அவர் சில கதைகளைச் சொல்கிறார். சொல்கிற கதையில் கருத்து இல்லாமல் சொல்வது அவருக்கு

வழக்கம் அன்று, புராணக் கதைகளே கருத்துடையவை, புராணம் என்ற சொல்லுக்குப் பழமைக்குப் பழமையாகவும், புதுமைக்குப் புதுமையாகவும் இருப்பவை என்று பொருள். கதை நிகழ்ந்த காலம் பழையது. அதனால் பயன் உண்டாகும் காலம் புதியது. அப்படியுள்ள சில புராண கதைகளை இங்கே நினைப்பூட்டுகிறார்.

அருணகிரிநாதர் முருகப்பெருமானுடைய துதியாக அலங்காரத்தைச் செய்தாலும் ராமனும், கண்ணனும்,சிவ பெருமானும், உமையும் இடையே வந்து சேருவார்கள் அவருடைய திருவாக்கில் வராத தெய்வங்கள் இல்லை முன்பு திருவிக்கிரமாவதாரம் எடுத்த திருமாலைப் பார்த் தோம். பிறகு கடல் அடைத்த ராமபிரானைப் பார்த்தோம். இப்போது கண்ணபிரானை நமக்கு அறிமுகம் செய்து வைக்கிறார். காளிங்க நர்த்தனம் செய்தவருடைய மருகன் முருகன் என்று சொல்கிறார்.

காளிங்க நர்த்தனன்
பெரும் பாம்பில் நின்று
நடிக்கும் பிரான் மருகா!

கண்ணபிரான் ஆகிய மாமனுக்கு மருமகனே என்று சொல்கிறார். மகாகவிகள் தாம் சொல்கிற சொல்லைப் பொருள் உடையதாகச் சொல்வார்கள். "நான் திருப்புகழ் படிப்பேன். படித்து மனனம் பண்ணுவேன். யமன் தன் பாசத்தினால் என்னைப் பிடிக்க வரும்போது நீ வந்து அஞ்சல் என்பாய்" என்று முதல் பகுதியில். சொன்னவர், அடுத்துக் காளிங்க நர்த்தனக் கண்ணபிரானைச் சொல்லக் காரணம் என்ன? அதைச் சற்றே இங்கே பார்க்கலாம்.

பாம்பும் படமும்

திருப்புகழ் பாடுவதற்குக் காரணம் மனம் ஒருமுகப் பட வேண்டு மென்பதுதான். மனத்தின் சலனம் ஒழிந்தால் அது ஒருமுகப்படும். நாம் படிக்கிற பாட்டு மனத்தில் பதிய வேண்டுமானால் மற்றொன்றை நினைக்காமல் அதில் ஒன்று படவேண்டும். எப்பொழுதும் சுழன்று கொண்டே இருக்கும் மனத்தை ஓரிடத்தில் நிலையாக நிறுத்த வேண்டுமானால் அதை வேறு ஒன்று அமுக்கிக்கொண் டிருக்க வேண்டும். பறக்கிற காகிதத்தின் மேலே கனமான பொருளை வைக்கிறோம் அல்லவா? அப்படி, எப்போதும் பறந்து கொண்டிருக்கிற மனத்திலே இறைவன் திருவடி படிந்தால் அது ஒருமுகப்படும்.

இப்படியெல்லாம் நினைந்து அருணகிரியார் கண்ண பிரானுடைய திருவிளையாடலை நினைக்கிறார். அவன் காளிங்க நர்த்தனம் செய்தான். ஐந்து தலை நாகத்தின் மீது ஒரு காலால் நின்றுகொண்டு நடனம் செய்தான். அப்போது பாம்பின் வாலையும் ஒரு கையில் பிடித்துக் கொண்டிருந்தான். அந்தப் பாம்பு தலையாடாமல், வால் ஆடாமல் திணறிற்று. தலையாட்டத்தைவிட வாலாட்டம் மிகப் பெரிது. அதனால் அதையும் கையால் பிடித்துக் கொண்டான். தலையை ஆட்டாமல் இருக்கக் காலால் அமிழ்த்திக் கொண் டிருந்தான்.

சாரைப் பாம்புக்கு வாலில் விஷம், நாகப் பாம்புக்குத் தலையில் விஷம் என்பார்கள். தலையிலும் வாலிலும் விஷம் உடைய பெரும் பாம்பு காளிங்கன். அதனுடைய நஞ்சு அந்தப் பொய்கையையே நச்சுப்பொய்கை யாக்கிவிட்டது. அந்தப் பொய்கையில் உள்ள நீர்

மாத்திரம் அல்ல, கரையி லுள்ள மரங்கள் எல்லாமே அந்த நஞ்சினாலே பொசுங்கிப் போய்விட்டன. காளிங்கனின் மூச்சுப் பட்ட இடங்கள் நாசமாகிக் கொண்டிருந்தன. அந்தப் பாம்போடு யாராவது விஷப் பரீட்சை செய்வார்களா? முருகனுடைய மாமன் அதன்மேல் நின்று ஆனந்தக் கூத்தாடினான்!

நம்முடைய மனம் காளிங்கன். ஐந்து பொறிகளாகிய படங்களின் வாயிலாக அது நஞ்சைக் கொப்புளிக்கிறது. மனம் என்னும் காளிங்கன் நஞ்சு கொப்புளிக்காமல் இருக்க வேண்டுமென்றால் இறைவன் அதன்மேலே நின்று கூத்தாட வேண்டும். வாலையும், தலையையும் ஆட்டிக் கண்ட கண்ட இடங்களில் எல்லாம் நஞ்சைப் பரப்புகிற பாம்பின்மேலே இறைவன் திருவடி பட்டால் போதும்; அவற்றை ஆட்ட முடியாமல் அது நிற்கும்; ஒருமுகப்படும். இந்தத் தத்துவத்தை உள்ளடக்கியது காளிங்க நர்த்தனம். "பெரும் பாம்பின் மீது நின்று ஆனந்தத் தாண்டவம் ஆடிய கண்ண பிரானின் மருகன் அல்லவா நீ?" என்று எடுத்துச் சொல்கிறார் அருணகிரியார்.

பெரும் பாம்பில் நின்று
நடிக்கும் பிரான் மருகா!

மயிலின் இயல்பு

கண்ணபிரானுடைய மருமகனே என்று முருகனைப் பார்த்துச் சொன்னவுடன் முருகப் பெருமானின் வாகனம் அவருக்கு நினைவு வருகிறது. பாம்பின் மீது நின்று கண்ண பிரான் மாத்திரமா நர்த்தனம் செய்தார்? மயில்கூட இந்தக் காரியத்தைச் செய்கிறது. அதுவும் பெரும்பாம்பில்

நின்று நடிப்பதுதான். பாம்புக்கு ஜன்மப் பகையாகிய மயில் முருகப்பெருமானின் வாகனம். அது தன் காலடியில் அசைய முடியாமல் பாம்பை அமிழ்த்திக் கொண்டிருக் றது. இதை நீங்கள் படத்தில் பார்த்திருப்பீர்கள்.எம் பெருமானின் வாகனமே பாம்பின் மீது நடிக்கிறது என்ற நினைவு வந்தது. உடனே அந்த மயில் எத்தகையது என்று சொல்கிறார் அருணகிரியார்.

சூரனது நடுக்கம்

கொடும் சூரன் நடுங்க வெற்பை
இடிக்கும் கலாபத் தனிமயில் ஏறும் இராவுத்தனே!

சரவணப் பொய்கையில் முருகன் அவதாரம் செய்திருக்கிறான் என்று கேட்டுச் சூரன் நடுங்கினான். அந்தக் குழந்தை எப்போதும் மயில் மீதே திரிகிறான் என்ற செய்தி அவன் காதுக்கு எட்டியது. மயில் சாமானியப் பறவை தானே என்று முதலில் எண்ணினான். ஆனால் அவனிடம் வந்தவர்கள், "அவன் மயிலை வெறும் பறவை என்று சொல்லலாமா? அதற்கு வன்மையான காரியங்களைச் செய்ய முடியாது என்று நினைக்கக்கூடாது. அது பறந்து போகும் போது அதன் அருகில் ஒரு மலை இருந்தது. அந்த மலை இடிந்து விட்டது. அந்த மயில் இறக்கைகள் அடித்துக் கொண்டாலே மலைகள் தூள் தூளாகப் போகின்றன என்று சொன்னார்கள். அப்போது சூரன் மனமும் இடிந்து விட்டது. "நமக்கு யமனாக அவதாரம் செய்திருப்பவன் இந்த மயிலின் மீது ஏறி வருகிறானாம்" என்று எண்ணியவுடன் தன் பலத்தை இழந்து நடுங்கினான்.

பொல்லாத காரியங்களைச் செய்பவர்கள் எத்தனை பலம் உடையவர்களாக இருந்தாலும் நடுங்கிக் கொண்டிருப்பார்கள். திருடனைப் பாருங்கள்; எப்போது போலீஸ் காரன் பிடித்து விடுவானோ என்று ஒவ்வொரு கணமும் உள்ளத்திற்குள் செத்துக் கொண்டிருப்பான். வெளிக்குத் தைரியம் உள்ளவனாகப் பேசலாம். இருந்தாலும் உள்ளம் பட்பட்டென்று அடித்துக் கொண்டிருக்கும். திருடன் பல சாலியாக இருப்பான். அவனைப் பிடித்த போலீஸ்காரன் நோஞ்சையாக இருந்தாலும் அவனிடம் திருடன் பிடிபடு வதற்குக் காரணம் திருடன் மனத்திலுள்ள நடுக்கம். யானையைச் சிங்கம் வெல்கிறது அல்லவா? முருகனின் அழுகைக் குரல் கேட்டவுடன் அச்சத்தால் அழுதவன் சூரன். கோல மயில்மீது இப்போது ஏறி வருகிறான் என்று கேட்டவுடன் திடுக்கிட்டான்; நடுங்கினான்.

இவ்வாறு கற்பனை பண்ணி ஒரு காட்சியைச் சொல்கிறார் அருணகிரியார்.

எம்பெருமான் சூரனைச் சங்காரம் செய்யப்போகிறான். சங்காரம் நடப்பதற்கு முன் கொடுந்தீமை புரிந்து வந்த சூரன் பலம் கொஞ்சம் கொஞ்சமாகக் குறைந்து வருகிறது.

கடைசியில் சூரசங்காரம் நடக்கிறது. திண்மையான மலையை உடைப்பதற்குத் துளை போட்டு மருந்தைக் கெட்டித்து வெடிப்பார்கள். பெரும் பெரும் பாறையாக விரிசல் கண்டவுடன் பின்னர் உடைப்பார்கள். அவ்வாறு திண்மை யாக இருந்த சூரன், கொடுமையே உருவாக இருந்த சூரன், நாசம் அடையவேண்டும். அதற்கு முன்பு அவன் பாறை போன்ற உள்ளத்தில் தைரியத்தை

உடைத்து, அவனை நடுங்கச் செய்து, படைகளை அழித்துப் பிறகு அவனை அழிக்கிறான் ஆண்டவன். மலைபோல் உறுதியாக இருக்கிற அவனை, "எம்பெருமான் கோல மயில்மீது வருகிறான். அந்த மயில் இறக்கையை :அடித்துக் கொண்டு பறந்தது. மலை இடிந்து விழுகிறது" என்ற செய்தியைக் கேட்டு உள்ளத்தின் உறுதி இடிய, நடுங்க வைக்கிறான் எம்பெருமான்.

கொடுஞ்சூரன் நடுங்க வெற்பை
இடிக்கும் கலாபத் தனிமயில்.

வெற்பு - மலை. கலாபம்-தோகை.

மென்மையும் வன்மையும்

இதில் ஒரு நுட்பமான சிறப்பு இருக்கிறது. மெத்தென்ற தோகையை உடையது மயில். அது சிறகை அடித்துக்கொண்டால் மலை இடிந்துவிடுமா என்று கேட்கலாம். சூரியன் தோன்றினால் தாமரை மலர்கிறது. அதை மலரச் செய்யும் சூரியனே புழுக்களையும் பூச்சி களையும் சாக அடிக்கிறான். அதே போன்று இறைவன் திருவருள் பக்தர்களுக்கு மென்மையானதாக, இன்பம் தருவதாக இருக்கிறது. யார் இறைவனை நினையாமல் அடியார்களுக்குத் தீங்கு செய்கிறார்களோ அவர்களுக்கு அதே அருள் வன்மையாகத் துன்பம் அளிப்பதாகத் தோன்றும், இது மயிலின் செயலால் தெரிகிறது. ஆண்டவனுடைய அடியார்களுக்கு மெத்தென்று இருக்கிற மயில் ஆண்டவ னுடைய திருவருளை நினையாமல் வாழ்கிறவர்களுக்குக் கடுமையாக இருக்கிறது. தன் தோகையை அடித்துக் கொள்வதன்

மூலம் மயில் இதைக் காட்டுகிறது. தோகையை அடித்துக்கொண்டு வரும்போது அடியார்கள் எல்லாம் உவகை அடைகிறார்கள். மலை ஆடுகிறது; இடிகிறது. அதைக் கண்டு சூரன் உள்ளம் நடுங்குகிறது.

முன்பு ஒரு பாட்டில் மயிலின் வேகத்தை விரிவாகப் பாடியிருக்கிறார் அருணை முனிவர். (11)

"குசைநெகி ழாவெற்றி வேலோன் அவுணர் குடர்குழம்பக்
கசையிடு வாசி விசைகொண்ட வாகனப் பீலியின் கொத்து
அசைபடு கால்பட் டசைந்தது மேரு; அடியிடஎண்
திசைவரை தூள்பட்ட; அத்தூளின் வாரி திடர்பட்டதே."

இங்கே முருகனை 'இராவுத்தனே' என்று சொல்கிற அருணகிரியார், முன்பும் "கண்டுண்ட சொல்லியர்" என்னும் பாட்டில் (37),

"வெஞ் சூர்க்கொன்ற ராவுத்தனே"

என்று சொல்லியிருக்கிறார். யானையைப் பழக்குகிறவனை மாவுத்தன் என்றும், குதிரையைப் பழக்குபவனை இராவுத்தன் என்றும் சொல்வார்கள்.

மனம் ஒருமுகப்படுதல்

கலாபத் தனி மயில் ஏறும் இராவுத்தன் நம் மனமாகிய பாம்பின் மீது மயிலை நடத்தினால் மனம் அடங்கி விடும்; ஒருமுகப்பட்டுவிடும். மனத்தில் அமைந் திருக்கிற, ஐந்து பொறிகளின் வழியாகச் செல்கிற ஆசை அடங்கிவிடும். இதற்குத் தக்க வழி என்னவென்றால்

இறைவன் திருப்புகழை மனனம் செய்வதுதான். இவ்வாறு மனத்தை ஒருமுகப்படுத்தப் பழகிக்கொண்டால், திருப் புகழைப் படித்துப் போற்றப் பழகிக் கொண்டால், காலனால் வருகிற அச்சம் வராது. இத்தகைய அருமையான கருத்தை இந்தப் பாட்டுச் சொல்கிறது.

படிக்கும் திருப்புகழ் போற்றுவன்;
கூற்றுவன் பாசத்தினால்
பிடிக்கும் பொழுதுவந்து அஞ்சலென்
பாய்; பெரும் பாம்பில் நின்று
நடிக்கும் பிரான்மரு கா! கொடும்
சூரன் நடுங்கவெற்பை
இடிக்கும் கலாபத் தனிமயில்
ஏறும் இராவுத்தனே!

(படித்து வரும் உன் திருப்புகழை மனத்தில் வைத்துப் பாது காப்பேன்; யமன் கயிற்றினால் எறிந்து என்னைப் பிடிக்கும் மரண சமயத்தில் நீ எழுந்தருளி வந்து, "பயப்படாதே" என்று திருவாய் மலர்ந்தருளுவாயாக: பெரிய பாம்பாகிய காளிங்கன் மேலே நின்று நடனம் செய்யும் கண்ணபிரானுடைய மருமகனே! கொடுமையான சூரன் நடுங்கும்படியாக மலைகளை இடிக்கும் தோகையை யுடைய ஒப்பற்ற மயில்மீது ஏறிப் பவனிவரும் குதிரை வீரனே!

போற்றுவன் - மனனம் செய்து பாதுகாப்பேன்; "படியில் கல்வி விரும்பினோன் பாடம் போற்றும் அதுபோல'' (பிரபுலிங்க லீலை) என்பதில் போற்றும் என்ற சொல் இப்பொருளில் வந்தது. கூற்றுவன்-யமன். பாசம் - கயிறு. அஞ்சல் - அஞ்சாதே. பெரும் பாம்பு - காளிங்கன். பிரான் -

கண்ணன். கலாபம்-தோகை; மயிலின் சிறகு. தனி ஒப்பற்ற. இராவுத்தன் - குதிரையை அடக்கி ஓட்டும் வீரன்.)

பொதிசோறும் துணையும்

1

அருணகிரி நாதர் இறைவனிடம் பக்தி செய்யவேண்டு மென்று சொல்வதோடு அற உபதேசங்களையும் சில சமயங் களில் சொல்வார். இப்போது இந்தப் பாடலில் அறத்தைப் பற்றிய நினைவை நமக்கு உண்டாக்குகிறார்.

அறத்தின் தலைமை

அறம் எல்லோரும் செய்வதற்குரியது. அறத்தைச் செய்வதற்குப் பொருள் கருவியாக இருக்கிறது. அறத்தின் வழியாக வந்த பொருளே மீட்டும் அறத்தைச் செய்வதற் குரிய கருவியாகும். அறத்தினின்றும் வழுவிய பொருள் பொருளாகாது. அப்படியே இன்பம் அறத்தோடு பொருந்தி வரவேண்டும். அறத்தைச் செய்வதற்கு ஏற்ற வாழ்க்கைத் துணைவியாகிய மனைவியோடு பெறும் இன்பமே இன்பம்.

அறத்தின் வழுவிய இன்பம் இன்பமாகாது. ஆகவே அறம் பொருள் இன்பம் என்ற மூன்றிலும் அறம் ஜீவனைப் போல இருப்பது. அறம் என்பது நாம் செய்ய வேண்டியவை இன்ன, செய்யக் கூடாதவை இன்ன என்று தெரிவிப்பது.விதி, விலக்கு என்று சொல்வார்கள். கடமை, கடன், ஒழுக்கம், ஆசாரம் என்று சொல்லப்படுவன எல்லாமே அறம்.

அறத்தின் வகை

அறம் என்பதற்குப் பகுதி அறு. இன்ன இன்னது செய்யவேண்டுமென்று வரையறுப்பது அறம். இது செய்யக் கூடாதென்று வரையறுப்பதும் அதுவே.

நம்முடைய கடமைகளை எல்லாம் வேதம் முதலிய நூல்களும் பெரிய வர்களும் வரையறுத்திருக்கிறார்கள். அப்படி வரையறுத்த நெறியே அறநெறி என்று சொல்லப்பெறும். ஒழுக்கம், வழக்கு,தண்டம் என்று அந்த அறம் மூன்று வகைப்படும் என்று சொல்வார்கள். இந்த மூன்றிலும் மிகவும் முக்கிய மானது ஒழுக்கம். செய்ய வேண்டியவையும், செய்யக் கூடாதனவுமாகிய அறத்தின் பகுதிகளைத் திருவள்ளுவர் தம் நூலில் சொல்லி இருக்கிறார். அறத்துப்பால் என்ற தலைப்பில் முப்பத்தேழு அதிகாரத்தில் அறத்தின் பகுதிகளை முறையாகச் சொல்கிறார். மனிதன் வாழும்போது எவற்றைச் செய்ய வேண்டும், எவற்றைச் செய்யக்கூடாது என்று வரையறையாகச் சொல்லியிருக்கிறார். எல்லாவற்றுக்கும் ஜீவனைப் போல இருப்பது ஈகை. எல்லா அறங்களிலும் தலையாயது ஈகை. இது எப்படித் தெரிகிறது என்பதைச் சற்றுப் பார்க்கலாம்.

ஔவையின் சுருக்கப் பேச்சு

ஒரு சமயத்தில் ஔவைப் பாட்டியைச் சில புலவர்கள் வணங்கி, "பாட்டி, நூல்கள் யாவும் தர்மார்த்த காம மோக்ஷம் என்ற நான்கையும் சொல்கின்றன. ஒவ்வொன்றைப் பற்றியும் விரிவாகப் பேசுகின்றன. அந்த நூல்களை எல்லாம் தெரிந்துகொள்வதற்கு வாழ்நாள் போதாது. சுருக்கமாகத் தெரிந்துகொள்ள வேண்டுமென்று ஆசைப் படுகிறோம். நீங்கள் சுருக்கிச்

சொல்வதில் வல்லவர்கள் அல்லவா?" என்று கேட்டார்கள்.

பாட்டி சுருக்கமாக எதையும் சொல்வதில் வல்லவள். பெருக்கமாகவும் சொல்வாள். பெருக்கமாகச் சொல்வதற்கு அறிவு நுட்பமாக இருக்கவேண்டு மென்பது இல்லை. சுருக்கிச் சொல்லத்தான் நுட்பம் வேண்டும், பெரிய அம்மிக் கல்லைப் பொளிபவனைக் காட்டிலும் வைரக்கல்லில் வேலை செய்பவனுக்கு நல்ல திறமை வேண்டும் அல்லவா?

'வரப்புயர'

சோழனுக்கு முடிசூட்டு வைபவம் நடந்தது. பெரிய புலவர்கள் எல்லாம் - ஔவைப் பாட்டியும்கூட -வந்திருக் தார்கள். சோழனை வாழ்த்தி அப்புலவர்கள் பல பாட்டுக் களை எழுதி வந்திருந்தார்கள்; ஆனால் ஔவைப் பாட்டி எதையும் எழுதி வரவில்லை. எப்படியும் அவள் வாழ்த்து வாள் என்று யாவரும் எதிர்பார்த்தார்கள். நினைத்தால் வேகமாகப் பாடக்கூடிய வன்மை உடையவள். ஆகையால் திடீரென்று பல பாடல்களைப் பாடக்கூடும் என்று நினைத் தார்கள். அவரவர்கள் தங்கள் பாட்டை வாசித்தார்கள். ஆனால் பாட்டியோ, "வரப்புயர" என்று சொல்லி நிறுத்தி னாள். இந்தக் காலமாக இருந்தால் பாட்டிக்கு ஒன்றும் தெரியாது என்று சொல்லியிருப்பார்கள். பழங்காலத்தில் பெரியவர் யாரேனும் ஒன்று சொன்னால் அதை மறுத்துக் கேள்வி கேட்கும் வழக்கம் இல்லை. பெரியவர்களைப் பெரிய வர்கள் என்று தெரிந்துகொண்ட பிறபாடு அவர்கள் சொல் வதில் நம்பிக்கை வைத்து அன்போடு கேட்பார்கள்.

ஆகவே புலவர்கள் பாட்டியிடம் சென்று, "பாட்டி, இன்று தான் எங்கள் அறியாமை வெளிப்பட்டது" என்று சொன்னார்கள்.

"எதற்காக இப்படிச் சொல்கிறீர்கள்?" என்று அந்தப் புலவர்களைப் பாட்டி கேட்டாள்.

"நீங்கள் அரசவையில் வரப்புயர என்று சொன்னீர் கள். முடிசூட்டு வைபவத்தில் இப்படிச் சொல்வதற்குக் காரணம் என்ன என்று யோசித்துக் கொண்டிருக்கிறோம். எங்களுக்கு விளங்கவில்லை" என்கிறார்கள்.

பாட்டி புன்னகை பூத்தாள்.

"நீங்கள் சொன்ன தொடருக்குப் பொருளை விளக்க வேண்டும்" என்று புலவர்கள் கேட்டுக் கொண்டார்கள். பாட்டி விளக்கத் தொடங்கினாள்.

"வரப்புயர என்று நான் சொன்னேன். வரப்பு வயல்களில் இருக்கும். வயல்களில் வரப்பு அமைப்பது நடப்பதற்காக அன்று. நீர் தேங்கி நிற்பதற்கு வரப்பு அமைக்கிறார்கள். ஆகவே வரப்பு உயர்ந்தால் நீர் உயர்ந்து தேங்கும். நீர் உயர்ந்தால் வயல்களில் பயிர் செழித்து உயரும். பயிர்கள் செழித்தால் நல்ல விளைச்சல் ஏற்படும். நல்ல விளைச்சலினால் குடிமக்கள் பசியின்றி உண்டு வாழ் வார்கள்; மேலும் வளங்களைச் சேர்த்துக்கொள்வார்கள். குடிகள் உயர்ந்தால் கோன் ஆகிய அரசன் உயர்வான். அரசனுடைய உயர்வுக்கு மற்ற மற்றக் காரணங்கள் இருந்தாலும் அடிப்படையான காரணம் நீர்வளமும் நில வளமும் மிகுதியாவதுதான்."

இத்தனை கருத்தை வைத்து வரப்புயர என்று சொன்னாள் பாட்டி.

மற்றொரு பொருள்

அவள் சொல்லாத ஒரு பொருளும் உண்டு. வரப்பு என்பது வரம்பு என்பதன் விகாரம். பள்ளிக்கூடத்தில் நம் பிள்ளைகள் படிக்கிறார்கள். பழங்காலத்தில் படித்தவர்கள் இப்போதுள்ள படிப்பைப் பார்த்து, "இந்தக் காலத்துப் படிப்பு என்ன ஐயா வரவர மட்டமாகி விட்டது. 'ஸ்டாண்டர்டு' இல்லை" என்று சொல்கிறார்கள். 'ஸ்டாண்டர்டு' என்பது வரம்பு. மனிதனுடைய லட்சிய வரம்பு உயரவேண்டு மென்பதையும் பாட்டி அந்த ஓர் அடியில் குறிப்பிட்டாள். மனிதனுடைய லட்சியம் உயர உயர அவனது வாழ்க்கை அநுபவங்கள் உயரும். அவனும் உயர்ந்து வருவான். வயல்களில் உள்ள வரப்பு உயர வேண்டும் என்பதோடு கூட மனிதனுடைய வாழ்க்கையின் லட்சிய வரம்பும் உயரவேண்டுமென்று ஔவை வாழ்த்தியதாகக் கொள்வதில் தவறு ஒன்றும் இல்லை.

அணுவும் அலையும்

ஔவைப் பாட்டி சுருக்கமாகப் பேசுகின்றவள், பாடுகிறவள் என்பதற்கு மற்றோர் உதாரணம் உண்டு. திருவள்ளுவர் குறளின் அருமை பெருமைகளை நன்கு உணர்ந்த பெரியவர்கள் அதனைப் பாராட்டி ஒவ்வொரு பாட்டுப் பாடினார்கள். திருவள்ளுவ மாலை என்ற பெயரோடு அவற்றைத் தொகுத்து வைத்திருக்கிறார்கள். ஔவைப் பாட்டியும் ஒரு பாட்டுப் பாடினாள். ஔவைக்கு முன்பு இடைக்காடர் என்பவர் ஒரு பாட்டுப்

பாடினார். மிகச் சிறிய உருவத்தில் மிகப் பெருக்கமான பொருளைத் திருவள்ளுவர் சொல்லியிருக்கிறார் என்று சொல்ல வந்தவர்,

**"கடுகைத் துளைத்தேழ் கடலைப் புகட்டிக்
குறுகத் தறித்த குறள்"**

என்று பாடினார். கடுகைத் துளைத்து அதற்குள் ஏழு கடல்களைப் புகட்டின மாதிரி திருக்குறள் இருக்கிறது என்றார். ஔவைப் பாட்டி இன்னும் நுட்பமாகச் சொன்னாள். கடுகு என்று சொல்லக்கூடாது. அது கண்ணுக் குத் தெரிவது. பின்னும் நுட்பமாகச் சொல்லவேண்டும் என்று எண்ணினாள்.

**"அணுவைத் துளைத்தேழ் அலையைப் புகட்டிக்
குறுகத் தறித்த குறள்"**

என்று பாடினாள். அணுவைத் துளைத்தால் அணுகுண்டு விளையும் என்று பாட்டிக்குத் தெரியாதோ என்னவோ? மிகவும் நுட்பமான கருத்துக்களை வைத்துத் திருக்குறளைப் பாடியிருக்கிறார் வள்ளுவர் என்பதற்கு அந்த அருமையான உவமையை ஔவை எடுத்தாண்டாள்.

உறுதிப் பொருள்கள்

இப்படிச் சுருக்கமாகப் பாடுகிற ஆற்றல் பெற்ற பாட்டி மனிதனுக்கு உரிய உறுதிப் பொருள்கள் நான்கையும் சுருக்கமாகச் சொல்லவேண்டும் என்று புலவர்கள் கேட்டபோது ஒரு பாட்டுப் பாடினாள்.

"ஈதல் அறம்" என்று எடுத்தவுடன் விளக்கினாள். தர்மம் செய்ய வேண்டுமானால் பொருள் வேண்டும். பொருளை எவ்வாறு ஈட்டுவது?

"தீவினை விட்டு ஈட்டல் பொருள்"

என்று சொன்னாள். பணம் ஈட்டுவதற்கு இந்தக் காலத்தில் எத்தனையோ தந்திரங்களைக் கண்டு பிடித்திருக்கிறார் கள். எப்படியாவது பொருள் கிடைத்தால் போதும் என்ற ஒரே நோக்கத்தோடு இப்போது பொருளை ஈட்டு கிறார்கள். ஆனால் பழங்காலத்தில் இப்படி ஈட்டுவதைப் பொருளாக நினைக்கவில்லை. நல்ல வழியில் ஈட்டிய பொருளையே பொருள் என்று சொன்னார்கள். நல்ல வழி யாவது அறநெறி. அறநெறியில் ஈட்டிய பொருளே பின்னும் அறம் செய்வதற்குத் தகுதியானது. இந்தப் பண்பை நினைவு கொண்டு ஔவை பொருளைப்பற்றிச் சொன்ன பிறகு காதலைப்பற்றிச் சொன்னாள்.

"காதல் இருவர் கருத்து ஒருமித்து - ஆதரவு பட்டதே இன்பம்."

உயிரோடு ஒட்டிய காதல்

இது ஒரு சூத்திரம் போல அமைந்தது. கணவனும் மனைவியும் வாழ்கின்ற இன்ப வாழ்க்கைக்கு மிக அருமையான இலக்கணத்தை இந்த அடி சொல்கிறது. உலகத்திலுள்ள எல்லாப் புலவர்களுமே காதல் இன்பத் தைப் பற்றிக் கருதி இருக்கிறார்கள்; பாடி இருக்கிறார்கள். இந்த உலகத்தில் ஒருவனும் ஒருத்தியும் ஒன்றுபட்டுப்

பழகுவதே இன்பம் என்று யாவரும் அறிவார்கள். அப் படிப்பட்ட வாழ்க்கையில் உடம்பு இணைவது மாத்திரம் அன்று; உள்ளமும் இணைய வேண்டுமென்று வற்புறுத்திப் பேசுவார்கள். கருத்து ஒருமித்து ஆதரவு படும் இன்பத்தை உலகத்திலுள்ள பெரியவர்கள் எல்லோருமே சொல்லியிருக்கிறார்கள்.

ஆனால் தமிழ்நாட்டில் காதலைப்பற்றிச் சொல்கிற நுட்பம் ஒன்று உண்டு. உடல் இணைவது, உள்ளம் இணை வது போலவே உயிரோடு ஒன்றுபட்டு அமைவது காதல் என்பது அவர்களுடைய கருத்து. பிறவிதோறும் காதல் தொடர்ந்து வரும் என்ற உண்மையை அவர்கள் பல இடங்களில் வற்புறுத்திப் பேசி இருக்கிறார்கள். ஔவைப் பாட்டி,

"காதல் இருவர் கருத்து ஒருமித்து - ஆதரவு
பட்டதே இன்பம்"

என்று சொன்னாள். "கருத்து ஒருமித்த பிற்பாடுதானே காதல் உண்டாகவேண்டும்? காதல் என்பது கண்ணால் கண்டு, கருத்து ஒருமித்து ஆதரவு படும்போது உண்டா வது அல்லவா? முதலில் காதல் என்று சொல்கிறாளே" என்று நமக்குத் தோன்றலாம். அந்தச் சொல்லிலேதான் நம் நாட்டுக் காதல் வாழ்க்கையின் நுட்பத்தைப் பாட்டி அமைத்திருக்கிறாள். பல பிறவியிலே ஒன்றுபட்டுக் காதல் உடையவர்கள், இந்தப் பிறவியிலும் காதல் கொண்டு கருத்து ஒருமித்து அன்பு செய்வதே இன்பம் என்று பொருள் கொள்ளவேண்டும்.

பிறவிதோறும் வரும் காதல்

சங்ககாலத்து நூல்களிலே, ஒருவனும் ஒருத்தியும் செய்கிற காதல் பல பிறவியில் தொடர்ந்து வருகிறதென்று புலவர்கள் சொல்லியிருக்கிறார்கள்.

"இம்மை மாறி மறுமை ஆயினும்
நீயா கியர்எம் கணவனை;
யானா கியர்நின் நெஞ்சுநேர் பவளே"

என்பது குறுந்தொகையில் வரும் பாட்டு. சிவபெருமானே பாடியதாகச் சொல்லும் பாட்டு ஒன்று குறுந்தொகையில் உண்டு.

'கொங்குதேர் வாழ்க்கை அஞ்சிறைத் தும்பி,
காமஞ் செப்பாது கண்டது மொழிமோ;
பயிலியது கெழீஇய நட்பின் மயிலியல்
செறிஎயிற்று அரிவை கூந்தலின்
நறியவும் உளவோநீ அறியும் பூவே"[1]

என்பதில்,

---

1 பூந்தாதைத் தேரும் வாழ்க்கையையுடைய அழகிய சிறகையுடைய தும்பியே, என்னிடமுள்ள நட்பை எண்ணி அதற் கேற்றபடி சொல்லாமல் நீ உணர்ந்ததைச் சொல். பல பிறவிகளி லும் பயின்று பொருந்திய நட்பையும், மயிலின் மென்மையையும், நெருங்கிய பற்களையும் உடைய என் காதலியின் கூந்தலைப் போல நீ அறியும் மலர்களில் மணம் உடையவையும் உண்டா?

'பயில்வது கெழீஇய நட்பு'

என்று காதலை அவர் சொல்கிறார். பயில்வது கெழீஇய நட்பு - பிறவிதோறும் இணைந்து பழகிய அன்பு.

ஆகவே பிறவிதோறும் வருகின்ற காதல் காரணமாகத் திருவருள் கூட்டிவைக்க ஒருவனும் ஒருத்தியும் கண்டு இந்தப் பிறவியில் தொடர்பு கொள்கிறார்கள். யாரிடமும் காதல் கொள்ளாத ஒருவன், எத்தனையோ மகளிர்களைக் கண்டாலும் அவர்கள் அழகிகளாக இருந்தாலும், அவர்க ளிடத்தில் அவன் உள்ளம் செல்வது இல்லை. பிறவிதோறும் தொடர்ந்து வந்த தொடர்பு உடையவள் ஒருத்தியிடம் மாத்திரம் அவன் மனம் செல்லுகிறது. அந்த ஒருத்தி வரும்போது இந்தப் பிறவியில் பழக்கம் இல்லாவிட்டாலும் உயிரோடு ஒட்டிய தொடர்பு இவன் அவளைப் பார்க்கச் செய்கிறது. அவள் இவனைப் பார்க்கிறாள். இரண்டு பேர் களுடைய உள்ளமும் ஒன்றுபடுகின்றன. அவள் இவனுக் காகவே இந்தப் பிறவியில் பிறந்து காத்துக்கொண்டிருக்கிறாள். இவனும் அவளுக்காகக் காத்துக் கொண் டிருக்கிறான். இரண்டுபேரும் முன்னைத் தொடர்பு காரணமாகத் தம்மை அறியாமல் ஒருவருக்காக ஒருவர் காத்துக்கொண் டிருக்கிறார்கள். அந்தப் பக்குவத்தினால் கண்டவுடனேயே அவர்கள் ஒன்றுபடுகின்றனர். உயிருக்கும் உயிருக்கும் உள்ள காதல் இது. உடம்புகளுக்கும் உள்ளங்களுக்கு மிடையே உள்ள தொடர்பு அந்த மூலக் காதலினுடைய விளைவுகளே.

இவற்றையெல்லாம் எண்ணிய பாட்டி பிறவிதோறும் காதல் உடைய இருவர் இந்தப் பிறவியில் மனம் ஒத்துக் காதல் செய்வது இன்பம் என்று சொன்னாள்.

"காதல் இருவர் கருத்து ஒருமித்து - ஆதரவு
பட்டதே இன்பம்."

இந்த மூன்றிலும் பற்றற்று இறைவனுடைய திருவருளைப் பெறுவது வீடு என்று முடித்தாள்.

"பரனைநினைந்து இம்மூன்றும்
விட்டதே பேரின்ப வீடு."

அறத்தின் இலக்கணம்

இந்தப் பாட்டில் அறத்தின் இலக்கணத்தைச் சொல்ல வந்தவள் மிகச் சுருக்கமாக "ஈதல் அறம்" என்று சொல்லிவிட்டாள். ஈதல்-கொடுப்பது. எதைக் கொடுப் பது? ஆடை கொடுத்தாலும், ஆபரணம் கொடுத்தாலும் உண்டி கொடுத்தாலும், உறங்கும் இடம் கொடுத்தாலும், யார் யாருக்கு எது எது வேண்டுமோ அதைக் கொடுத்தாலும் எல்லாம் ஈகைதான்.

அறச் செயல்கள் பலவகையானாலும் அவற்றுள் ஈகை சிறந்தது. அதுபோலவே பலவகையான ஈகைகளிலும் சிறந்ததாக ஓர் ஈகை இருக்கிறது. அறங்கள் முப்பத்தி ரண்டு வகை என்று சொல்வார்கள். அவை எல்லாவற் றுள்ளும் சிறந்தது அன்னதானம். அறத்தின் பகுதிகளில் சிறந்தது ஈகை என்றால், ஈகைப் பகுதிகளில் சிறந்தது பிறருடைய பசியைப் போக்க உண்டி அளிக்கும் ஈகை யாகும்.

சிறந்த தானம்

காஞ்சீபுரத்தில் எம்பெருமான் கொடுத்த இரு நாழி நெல் கொண்டு அம்பிகை முப்பத்திரண்டு அறங்கள் நடத்தியதாகச் சொல்வார்கள். அந்த முப்பத்திரண்டு அறங்களிலும் அன்னதானம் மிகச் சிறப்பாக நடந்தது.

எல்லா வகையான ஒழுக்கங்களுக்கும் மூலகாரணமாக இருப்பது உயிரும் உடம்பும் சேர்ந்த இந்த வாழ்க்கை. உயிரும் உடம்பும் சேர்ந்து அமைந்து இருப்பதனால்தான் உலகமே வாழ்கிறது. உயிர் தனித்து நில்லாது; உடம் போடு சேர்ந்தே நிற்கும்,

" உடம்பை வளர்த்தேன் உயிர்வளர்த்தேனே "

என்று சொல்வர் திருமூலர். இந்த உடம்பு சோற்றால் அடித்த சுவர். சோறு இல்லாவிட்டால் சோர்ந்துவிடும்.

நெடுஞ்செழியன் வரலாறு

இந்த உண்மையை மறந்து வாழ்ந்தான் பாண்டியன் நெடுஞ்செழியன். அவன் எப்போதும் போரின் மீது நாட்டம் உடையவனாக, நெடுநாளாக வெற்றி மிடுக்கோடு அரசாட்சி செய்து வந்தான். “அரசன் போர் புரிவதிலேயே நாட்டம் உடையவனாக இருக்கிறானே! நாட்டில் உள்ளோர் அமைதியாக வாழ்வதற்குரிய காரியங்களைச் செய்ய வில்லையே!' என்று மக்கள் பேசிக்கொண்டார்கள். போருக்கு வேண்டிய படைக்கலன்களைப் பெருக்குவதிலும், நால்வகைப் படைகளைக் கூட்டுவதிலுமே அவன் நோக்கம்

உடையவனாக இருந்தான். 'குடிமக்கள் எவ்வாறு வாழ்க்கை நடத்துகிறார்கள்? நீர்வளம் நிலவளம் எப்படி இருக்கின் றன?' என்று ஆராய்ச்சி செய்யவில்லை. நாட்டில் இருந்த குளங்கள் மேடிட்டுப் போயின. ஏரிகளின் கரைகள் உடைந் திருந்தன. அதனால் நீர் தேங்கவில்லை.விளைவும் குறைந்து விட்டது. இந்த நிலையை அரசனிடத்தில் எடுத்துக் கூறும் தைரியம் யாருக்கும் வரவில்லை. கடைசியில் குடபுலவியனார் ன்னும் நல்லிசைப் புலவர், எப்படியாவது இந்தச் செய் தியை அரசன் காதில் போட்டுவிட வேண்டுமென்று துணிந்தார்.

அவர் அரசனிடம் வந்து வாழ்த்துக் கூறினார். 'நான் சொல்லப் போகும் சில செய்திகளை மன்னன் கவனித்துக் கேட்கவேண்டும்'' என்று பணிவோடு விண்ணப்பித்துக் கொண்டார். ''சொல்லுங்கள். கேட்போம்'' என்றான் பாண் டியன். குடபுலவியனார் உலகியல் நன்கு தெரிந்தவர். அரச னுடைய வீரதீரப் பிரதாபங்களைச் சொல்லிக் கொண்டு வந்து இடையில் தாம் சொல்ல வேண்டியதையும் சொன்னார். உலகிலுள்ள உயிர்கள் உடம்போடு வாழ்கின்றன" என்றார்.

"உம்" என்றான் பாண்டியன்.

"அந்த உடம்புகள் சோற்றால் வாழ்கின்றன. அந்தச் சோறு நிலமும் நீரும் சேருவதால் உண்டாவது. நிலமும் நீரும் சேர்ந்தால் நிறைய உணவு விளையும். உணவினால் நாட்டில் வாழும் மக்களுடைய உடம்புகள் காப்பாற்றப்படுகின் றன. மேலு மேலும் மக்கள் பிறக்கிறார்கள். ஆகவே நீரையும் நிலத்தையும் ஓரிடத்தில் சேமிப்பவர்கள் நாட்டில் வாழும் மக்களது உடம்பிலே

உயிர் தரிக்கும்படி செய்பவர்கள். நிலம் இருந்தால் போதாது. விதை விதைத்தாலும் போதாது. நிலத்தில் நீர் தேங்கச் செய்யவேண்டும். அப் போதுதான் விதைத்த விதை முளைக்கும். மேடாக இருக் கும் நிலங்களைப் பள்ளமாக்கினால்தான் நீர் தேங்கும். யார் தண்ணீரைத் தேக்கி வைக்கிறார்களோ அவர்கள் உலகில் அழியாப் புகழைத் தேக்கிக்கொண்டவர்கள்.'

"தட்டோ ரம்ம இவண்தட் டோரே
தள்ளா தோரிவண் தள்ளா தோரே"[2]

என்று பாடி முடித்தார் புலவர்.

அப்படிச் சொன்ன பிறகுதான் அரசனுக்கு தன்னுடைய தவறு நன்றாகப் புலப்பட்டது. பிறகு ஆறு குளங் கள் முதலியவற்றைச் செப்பம் செய்யப் புகுந்தான். புலவர் பெருமான் அரசனுக்குஅவ்வாறு சொன்னதற்குக் காரணம் மக்கள் நன்றாக வாழவேண்டு மென்ற நோக்கந்தான்.

பசித்துன்பம்

உடம்பு வாழ்வதற்குச் சோறு மிக அவசியம். சோறு இல்லாவிட்டால் பசிநோய் உண்டாகும். எல்லா நோய்களை யும் விடப்பெரியது பசிநோய். அது வந்துவிட்டால் எல்லா வகையான அறங்களும், ஆசாரங்களும் அழிந்து. போகின்றன.

---

2 தட்டோர் - நீரைத் தடுத்தவர். இவண் - இவ்வுலகத்தில். தட்டோர் - புகழைத் தேக்கியவர்கள். தள்ளாதோர்- தேக்காதவர்கள்.

சந்நியாசிகளையும் பசித் துன்பம் விடுவது இல்லை. பசி வந்துவிட்டால் அவர்களுக்கும் அறிவு மங்கிவிடும். எத்தனையோ மக்கள் பசியினால் பிள்ளையை விற்றுப் பிழைக்கிறார்கள். சண்டைக் காலத்தில் ரங்கூன் முதலிய இடங்களிலிருந்து இந்தியாவுக்குப் பிள்ளை குட்டியோடு நடந்து வந்தவர்கள் நடுவில் சோறு கிடைக்காமல் பட்டினியால் வாடித் துவண்டபோது, குழந்தைகளை எறிந்துவிட்டு வந்தார்கள், இது உண்மையான செய்தி. தாய்மார்களே தங்கள் பிள்ளைகளை விட்டுவிட்டு ஓடி வந்தார்கள். பசி தாய் அன்பையும் நசிக்கச் செய்துவிட்டது. ஊருக்கு வந்த பிறகு, "இப்படிச் செய்து வந்தேனே!" என்று அரற். றிக்கொண் டிருந்தார்கள். ஆனால் அப்போது இந்த நினைவு வரவில்லை.

சாமானிய மக்கள் தாம் இப்படி இருக்கிறார்கள் என்று எண்ணக்கூடாது, மிக்க தவம் புரிந்தவர் ஆகிய விசுவா மித்திரர் தியானத்தில் அமர்ந்திருந்தார். அவருக்குப் பசி வந்துவிட்டது. அவருக்குப் பிச்சை போடுவார் யாரும் இல்லை. நாயின் ஊனைத் தின்றாராம். மற்றொரு சமயமாக இருந்தால் அப்படிச் செய்வாரா? பசிநோய் முறுகி நிற்க, அதனை மாற்றுவதற்கு வழி இல்லாமையினால் அவ்வாறு. செய்தார்.

தானம், தவம் ஆகிய இரண்டும் உலகத்தில் நிற்க வேண்டும். இல்லறத்தார் தானத்தினால் சிறப்பு அடை கிறார்கள். துறவறத்தார் தவத்தினால் சிறப்பு அடை கிறார்கள். இந்த இரண்டும் நிற்கவேண்டுமானால் பசிப் பிணி போகவேண்டும். பசிப்பிணியைப் போக்குவதற்கு முக்கிய காரணமாக இருப்பது மழை. அதனால்,

"தானம் தவமிரண்டும் தங்கா வியனுலகம் வானம் வழங்கா தெனின்"

என்று பாடினார் வள்ளுவர்.

மணிமேகலை ஆசிரியர் பசியை,

" பசிப்பிணி என்னும் பாவி"

என்று கூறுகிறார்.

"உண்டி கொடுத்தோர் உயிர்கொடுத் தோரே"

என்றும் அன்னதானத்தின் சிறப்பைச் சொல்கிறார்.

மணிமேகலை

மணிமேகலை என்னும் பிட்சுணி தவம் செய்ததாக மணிமேகலை என்னும் காவியம் சொல்கிறது, அவள் செய்த மற்றத் தவத்தை விட அன்னதானம் என்னும் தவத்தையே பெரிதாக அந்தக் காவியம் சொல்கிறது. கோவலனுக்கும் மாதவிக்கும் பிறந் தவள் மணிமேகலை, அவள் அறவண அடிகளிடத்தில் உபதேசம் பெற்றாள். பிறருக்கு ஞான உபதேசம் செய்து நன்மை விளைவிக்கலாம் என்று அவளுக்குத் தோன்றவில்லை. யாவருக்கும் பயன்படுகிற ஒரு காரி யத்தை அவள் மேற்கொண்டாள். அவளுக்கு அமுத சுரபி ஒன்று கிடைத்தது. "பசித்தோர் எல்லோரும் வாருங்கள்" என்று அழைத்து அவர்களுக்கு எல்லாம் சோறு கொடுத்தாள்.

அன்ன தானம்

இந்த நாட்டில் எந்தக் காரியத்தைச் செய்தாலும் அதனோடு அன்னதானத்தைச் சேர்த்துச் செய்வார்கள். இறைவனுடைய திருக்கோயில் கும்பாபிஷேகம் நடைபெற்றால் அன்னதானமும் முக்கியமாக நடைபெறும். திருமணம் முதலிய சிறப்பு நிகழ்ச்சிகள் வீட்டில் நடந்தால் அவற்றுடன் அன்னதானத்தையும் நடத்துவது இந்த நாட்டு வழக்கம். யார் பசித்து வருகிறார்களோ அவர்களுக்கு அன்னம் அளிப்பது சிறந்த அன்னதானம்.

"அன்னஸ்ய க்ஷுதிதம் பாத்ரம்"

என்று வடமொழியில் ஒரு வாக்கியம் உண்டு. அன்ன மிடுவதற்குத் தக்க பாத்திரம் பசித்து வந்தவர்களே என்பது அதன் பொருள்.

தவத்தினும் சிறந்தது

இந்த அன்னதானத்தைப்பற்றி அருணகிரிநாதர் சொல்லுகிறார். அதுவே தவம் என்றும் சொல்கிறார். தவத்தைச் செய்கிறவர்கள் பெரியவர்களாக இருக்கும்போது, அன்னதானம் செய்பவர்கள் எப்படிப் பெரியவர்கள் ஆவார்கள் என்று கேட்கலாம். திருவள்ளுவர் இதற்குச் சரியான விடை சொல்கிறார். 'தவம் செய்கிறவர்களுக்கு ஆற்றல் இருக்கிறது. ஆனால் அன்னதானம் செய்கிறவர் களுடைய ஆற்றலுக்கும் பின்தான் அதை நிறுத்தவேண் டும்' என்று அவர் சொல்கிறார்.

‘ஆற்றுவார் ஆற்றல் பசியாற்றல்; அப்பசியை
மாற்றுவா ராற்றலிற் பின்’

என்பது அவர் கூறியுள்ள குறள். தவம் செய்கிறவனுடைய ஆற்றல் பெரிதுதான். அவன் தன்னுடைய ஊனை உருக்கி உண்ணாவிரதம் இருக்கிறான். உடம்பை வருத்தித் தவம் செய்கிறான். இந்திரிய நிக்கிரகம் செய்கிறான்; "உண்ணாது நோற்பார் பெரியர்'' என்று பிறிதோரிடத்தில் வள்ளுவர் சொல்கிறார். ஆனால் அந்த உண்ணா விரதத்திற்கும் ஓர் எல்லை உண்டு. பசி மிகுந்துவிட்டால் தவம் செய்வாருடைய தவம் அழிந்துவிடும். இவர்கள் தாம் பட்டினி கிடப்பார்களேயொழியப் பிறர் பட்டினி யைப் போக்கும் ஆற்றல் இல்லாதவர்கள். அன்னதானம் செய்கிறவனோ தன்னுடைய பசியைப் போக்கிக் கொள்வதோடு, பசித்து வருகிற மற்றவர்களுடைய பசியையும் போக்கி விடுகிறான். 'தாமும் பசித்துப் பிறரையும் அது தீர்க்கமாட்டாதார் ஆற்றலின், தாமும் பசியாது பிறரையும் அது தீர்ப்பார் ஆற்றல் நன்றென்பதாம்.' என்று இக் குறளுக்குப் பரிமேலழகர் விளக்கமாக உரை எழுதியிருக்கிறார்.

தானத்தில் சிறந்த அன்னதானத்தைச் செய்யவே தான், "நெல்பயிர் விளை" என்று சொன்னாள் நம் பாட்டி. முன்பு நம் நாட்டில் எங்கெல்லாம் நிலம் இருந் ததோ அங்கெல்லாம் நெல் விளைந்தது.

வீடும் வயலும்

"இடம்பட வீடு இடேல்”

என்று பாட்டி சொல்லியிருக்கிறாள். வீட்டை இடம் அழியும்படி பெரிதாகக் கட்டாதே என்பது அதன் பொருள்.

ஒரு பக்கத்தில் நெல் விளைச்சலை அதிகப்படுத்துங்கள் என்று சொல்லிக்கொண்டு, மற்றொரு பக்கத்தில் நெல் விளைகிற வயல்களை அழித்துக் கட்டிடங்களைக் கட்டிக் கொண்டிருக்கிறோம். அன்னத்தை விளைக்கிற நிலம் அழிந்து போகிறது. அன்னத்தைச் சாப்பிடுகிற மக்கள் அங்கே குடியேறுகிறார்கள். உண்ணுதற்குரிய அன்னத்தை அழித்துவிட்டு உண்ணுகின்ற மனிதன் அங்கே நடமாடுகிறான். இது கூடாது. சிறுகக் கட்டிப் பெருக வாழவேண்டும் என்று அந்தக் காலத்தில் பெரியவர்கள் நினைத்தார்கள். ஜனத்தொகை இவ்வளவு அதிகமாக இல்லாத அந்தக் காலத்திலேயே இந்த உண்மையை அறிந்து சொல்லியிருக்கிறபோது, ஜனத்தொகை மிகுதியாகிற இந்தக் காலத்தில். "இடம்பட வீடிடேல்" என்ற உண்மை எவ்வளவு சிறப்பானது என்பதை உணர வேண்டும்.

செல்வரும் அன்ன தானமும்

இந்த நாட்டில் செல்வர்களை மதிப்பிடும் முறையே வேறு; எத்தனை பங்களாக்கள், எத்தனை கார்கள் ஒருவனிடம் இருக்கின்றன என்பதைக் கணக்கெடுத்துப் பார்த்து, இன்னான் பணக்காரன் என்றுசொல்வது வழக்கம் அன்று. ஒருவன் வீட்டுக்குள் இருந்து எத்தனை எச்சில் இலைகள் தெருவிலே வந்து விழுகின்றன என்பதைக் கணக்கு எடுத்தே இன்னான் பணக்காரன் என்று சொன்னார்கள். "சோறு இல்லாமற் செத்தவன் இல்லை" என்ற பழமொழி யைச் சொல்லிப்

பெருமைப்பட்டுக் கொண்டிருந்தோம். இந்தப் பழமொழி நம் நாட்டிலுள்ள மக்களின் தர்ம சிந்தையை மாத்திரம் காட்டவில்லை. நாட்டு மக்களின் முயற்சியையும் காட்டுகிறது. நிறைய நெல் விளைந்தால் தான் அறம் செய்ய முடியும். பழைய காலத்தில் எல்லா மக்க ளும் சோம்பல் இல்லாமல் வேளாண்மை செய்தார்கள்.

பிச்சை கேட்கிறவன் ஒரே ஒருவன் தான். அவன் துறவி. "பவதி பிட்சாந் தேஹி" என்று துறவிகள் தாம் கேட்பர். இரவலர் என்ற பெயர் கலைஞர்களுக்கு உரியதாக இருந்தது. பாணர், புலவர், கூத்தர் ஆகிய இவர்கள் அங்கங்கே சென்று தம் கலைத்திறத்தைக்காட்டி வள்ளல்களிடம் பரிசு பெற்றார்கள். அவர்களையன்றிப் பிறரிடம் பிச்சையென்று இரப்பவர்கள் மிக அரியர். ஆனால் நாளடைவில் அந்த நிலைமாறிப் பலர் பிச்சையெடுக்கும் நிலை வந்துவிட்டது. அருணகிரி நாதர் காலத்தில் பலர் பிச்சை எடுத்தார்கள்.

அன்னத்தை மிகுதியாக விளைத்த நாடாக இது இருந்தது. மனிதன் முதலில் உயிர் வாழவேண்டும். மற்ற வளங் கள் பெறுவது பின்பு. உயிர் வாழ்வதற்கு உடம்பு வாழ வேண்டும். உடம்பு அன்னத்தாலானது என்ற உண்மை யாவருக்கும் தெரிந்தது. இந்த நாட்டில் தொழில் துறை யில் மிகுதியான கவனம் செலுத்தவில்லை என்று குறை கூறுகிறோம். எத்தனை தொழில்கள் வளர்ந்தாலும் மனித னுடைய மூலத் தேவையாகிய சோறு கிடைக்கவில்லை யென்றால் மற்றத் தொழில்களினால் பலன் இல்லை. ஆத லினால் இந்தியா பெரிய வேளாண்மை நாடாக இருந்தது.

சடையப்ப வள்ளல்

தமிழிலே இராமாயணம் என்ற பெரும் காப்பியத் தைச் செய்த கவிச்சக்கரவர்த்தி கம்பநாட்டாருக்குச் சோறு அளித்து அவரைக் காப்பாற்றினார் சடையப்ப வள்ளல், இந்தப் புலவருக்கு அளித்ததைப்போல இன்னும் பலருக்கு உண்டி கொடுத்து உயிர் கொடுத்திருக்கிறார் அவர்.

ஒருநாள் அவரிடம் பரிசு பெற்றுப் போக ஒரு புலவர் வந்தார். அப்போது சடையப்ப வள்ளல் நெல்மூட்டை களைத் தம்முடைய வீட்டுக்குள் கொண்டுபோய் அடுக்கிக் கொண்டிருந்தார். வரும் வழியில் வண்டியில் இருந்து நெல் சிந்தியிருந்தது. வள்ளல் அந்த நெல்லைப் பொறுக்கித் தம் மேல்துண்டில் போட்டுக் கொண்டிருந்தார். அப்போது அவரைப் பார்த்த புலவர், 'வீதியில் சிந்திக்கிடக்கிற நெல் லைப் பொறுக்கும் கருமியாக இருக்கிறாரே! இவர் நமக்கு எங்கே பரிசு கொடுக்கப் போகிறார்?' என்று எண்ணினார். புலவருடைய முகத்தைப் பார்த்தபோது சடையப்ப வள்ளலுக்கு அவருடைய எண்ணம் விளங்கியது. சடை யப்பர் அந்தப் புலவரைத் தம் வீட்டுக்குள் அழைத்துச் சென்று இனிமையாகப் பேசிச் சாப்பிட்டுப் போக வேண்டு மென்று சொல்லி இலையைப்போட்டு உட்காரவைத்தார். ஆனால் இலையில் சோற்றை வைப்பதற்குப் பதிலாகக் கைநிறையப் பொன்னைக் கொண்டுவந்து வைத்தார்.

அதைப் பார்த்த புலவர் முகத்தைச் சுளித்தார். அவருக்கு ஒன்றும் விளங்கவில்லை.

“என்ன அப்படிப் பார்க்கிறீர்களே! நெல்லைப் பொறுக்கும்போது ஒருவிதமாகப் பார்த்தீர்கள். நெல்லைவிடப்பொன் உயர்ந்தது என்று நீங்கள் நினைத்தீர்கள் என்பதற்காகப் பொன்னைக் கொண்டுவந்து வைத்தேன். இப்போதும் மலைத்து விட்டீர்களே!” என்றார் சடையப்ப வள்ளல். புலவருக்கு உண்மை புலனாகியது.

"பொன்னால் உடம்பு வளராது. அரிசி உடம்பை வளர்க்கும் என்பதை உணர்ந்தேன்" என்றார் புலவர். இப்படி மணிமணியாக நெல்லைப் பொறுக்கிச் சேர்த்து நாட்டிலுள்ள புலவர்களை எல்லாம் வாழவைக்கிறவர் சடையப்ப வள்ளல் என்பதை அப்புலவர் தெரிந்து கொண்டார்.

கம்பரின் நன்றியறிவு

தமக்குச் சோறு அளித்த சடையப்பரைக் கம்பர் இராமாயணத்தில் பத்து இடங்களில் பாடியிருக்கிறார். மிகவும் முக்கியமான இடத்தில் அந்த வள்ளலைப்பற்றிய புகழை அமைத்திருக்கிறார். இராமாயணத்தை இந்த நாட்டில் பிரசங்கம் செய்கிறவர்கள் ஏழு நாள், ஒன்பது நாள், ஒரு மாதம், ஒரு வருஷம் என்று சொல்வார்கள். மிகக் குறைந்த நாளில் எத்தனை சுருக்கிச் சொன்னாலும் இராம பட்டாபிஷேகத்தைச் சொல்லாமல் யாரும் விடமாட்டார்கள். எவ்வளவு நாள் குறைவாகச் சொன்னாலும் இராமாவதாரம், சீதா கல்யாணம், இராவண சங்காரம், இராம பட்டாபிஷேகம் ஆகியவற்றைச் சொல்லாமல் இருக்கும் வழக்கம் இல்லை.

யார் இராமாயணம் சொன்னாலும் இராமனுடைய புகழோடு சடையப்பர் புகழும் வரவேண்டும் என்று கம்பர் கருதினார். இராமபட்டாபிஷகத்தைச் சொல்லும் பாட்டில் சடையப்பர் புகழைப் புதைத்து வைத்தார். "இராம பட்டா பிஷேகத்தன்று விசுவாமித்திரர், வசிஷ்டர், அநுமன், சீதா பிராட்டி முதலிய எல்லோரும் சபையில் இருந்ததாகச் சொல்லலாம். அவற்றையெல்லாம் கதைப் போக்கில் சொல்வது இயற்கை. சடையப்பரைப்பற்றி என்ன சொல்வது? அங்கே அவருக்கு இடம் ஏது?" என்று நமக்குத் தோன்றும். கம்பருக்கு எப்படியோ ஒரு தந்திரம் தெரிந்தது. சடையப்பர் புகழை அந்தப் பாட்டில் மிகவும் நயமாக அமைத்துவிட்டார்.

"அரியணை அநுமன் தாங்க
அங்கதன் உடைவாள் பற்றப்
பரதன்வெண் குடைக விக்க
இருவரும் கவரி வீச
விரைசெறி குழலி ஓங்க,
வெண்ணெய்மன் சடையன் கங்கை
மரபுளோர் கொடுக்க வாங்கி
வசிட்டனே புனைந்தான் மௌலி."

சிங்காதனத்தை அநுமன் தாங்கினான். அங்கதன் உடைவாளை ஏந்திக்கொண் டிருந்தான். பரதன் வெண் கொற்றக் குடை பிடித்தான். லட்சுமணனும் சத்துருக்னனும் கவரி வீசினார்கள். சீதாபிராட்டி மிக்க பொலிவோடு இராமன் அருகில் அமர்ந்திருந்தாள். அப்போது வசிட்டன் மகுடத்தைச் சூட்டினான். இப்படிச் சொன்னாலே போதும். ஆனால் அங்கே சடையப்பர் புகழைக் கொண்டு வந்து இணைக்கிறார் புலவர்.

**'விரைசெறி குழலி ஓங்க வெண்ணெய்மன் சடையன்
கங்கை மரபுளோர் கொடுக்க வாங்கி."**

இராமசந்திர மூர்த்திக்கு வசிட்டன் திருமுடியைச் சூட்டினான் என்கிறார். அந்த மகுடத்தை சடையப்பருக்கு முன்னோராகிய வேளாளர் மரபில் வந்தவர்கள் எடுத்துக் கொடுத்தார்கள் என்று பாடியிருக்கிறார்.

ஒரு வகையில் ராமனுக்கு முடிசூட்டும்போது கம்பர் சடையப்ப வள்ளலுக்கும் புகழ் முடி சூட்டிவிட்டார் என்று சொல்லவேண்டும். அப்படி இராம பட்டாபிஷேகத் தில் சடையப்பருடைய பட்டாபிஷேகத்தையும் வைத்துக் கொண்ட கம்பருடைய அன்புக்கு மூலகாரணம் அவ் வள்ளலின் சோறே ஆகும். அன்னதானம் சடையப்பரை இராமனுக்குச் சமமாக நிமிர்த்திவிட்டது.

2

அநுபவ பூர்வமான முறை

"என்னிடம் பொருள் சேர்ந்தால் நானும் அன்ன தானம் செய்யலாம். அதற்கு வழி இல்லையே! எப்படி அன்னதானம் செய்ய முடியும்?" என்று சிலர் நினைக்கலாம். அத்தகைய எண்ணம் உடையவர்களுக்கு வாழ்க்கையில் அநுபவபூர்வமான முறையில் ஒரு தந்திரத்தைச் சொல்லித் தருகிறார் அருணகிரிநாத சுவாமிகள். அந்த வழியை விளக்குகிற அலங்காரப் பாட்டை இப்போது பார்க்கப் போகிறோம்.

மலைஆறு கூறெழ வேல்வாங்கி னானை
வணங்கி அன்பின்
நிலையான மாதவம் செய்குமி
னோ; நும்மை நேடிவரும்
தொலையா வழிக்குப் பொதிசோறும்
உற்ற துணையும்கண்டீர்;
இலைஆ யினும்வெந்த தேதா
யினும்பகிர்ந் தேற்றவர்க்கே.

'நீங்கள் கொஞ்சம் சோறு கொடுத்தாலும் அது பெரிய சோறு ஆகிவிடும். ஒரு பிடி சோறு கொடுத்தால் மலை யளவு சோறாகிவிடும். நீங்கள் விரும்பினாலும் விரும்பா விட்டாலும் நீங்கள் போகவேண்டிய தொலையா வழி ஒன்று இருக்கிறதே, அந்த வழியில் இப்போது நீங்கள் கொடுக்கும் பிடி சோறு பொதி சோறாகி, கட்டுச் சோறாகி, வந்து சேரும்" என்று அவர் சொல்கிறார்.

அருணகிரி நாதருக்கு நம்முடைய நிலைமை தெரியாதா? முன்பே,

"நொய்யிற் பிளவள வேனும் பகிர்மின்கள்"

என்று சொன்னார். இப்போது மிகவும் தாழ்ந்த நிலையில் உள்ளவர்களுக்கும் அறம் செய்வதற்கு வாய்ப்பு உண்டு என்பதைத் தெரிந்துகொண்டு நடைமுறைக்கு ஏற்ற உபதேசம் செய்கிறார்.

இலை ஆயினும் வெந்தது ஏது ஆயினும் பகிர்ந்து ஏற்றவர்க்கே.

"நல்ல நல்ல பதார்த்தங்களோடு விருந்து படைக்க வேண்டும். அதுதான் சிறந்தது" என்று அவர் சொல்ல வில்லை. அப்படிச் செய்வதற்குப் பணம் வேண்டுமென்பது உண்மை. "காய்கறிகளோடு என் வீட்டில் சமைக்க வில்லை. என் வீட்டில் அரிசிச் சாப்பாடே இல்லை'' என்று சிலர் சொல்லக்கூடும். அவர்கள் வீட்டில் கீரையையாவது சுண்டிச் சாப்பிடுவார்கள். புறநானூறு முதலிய சங்க நூல்களில் வறியவர்கள் உப்பும் இல்லாமல் கீரையைச் சுண்டிச் சாப்பிட்டார்கள் என்று புலவர்கள் வருணித் திருக்கிறார்கள். மக்கள் எதையாவது வேகவைத்துச் சாப்பிட்டுப் பசியைப் போக்கிக்கொள்கிறார்கள். 'அப்படி வெந்தது எதுவோ அதைக் கொடுங்கள்' என்று சொல் கிறார். அது முழுவதையும் கொடுத்துவிடுங்கள் என்று சொல்லவில்லை.

இலையாயினும் வெந்தது ஏதாயினும் பகிர்ந்து.

“பசி என்று வந்து கேட்கிற வறியவர்களுக்குக் கொஞ்சம் பகிர்ந்து கொடுத்து நீங்களும் சாப்பிடுங்கள்'' என்று சொல்கிறார். பகிர்தலாவது தனக்கு உரியதில் ஒரு பகுதி யைப் பிரித்துக் கொடுத்தல். இப்படிப் பகுத்து உண்ணும் உணவைப் பாத்தூண் என்பர் திருவள்ளுவர்.

“ஐயா, நான் ஏதோ கீரையைச் சுண்டிச் சாப்பிடுகிறேன். என்னிடம் பெரிய துறவி வந்து கேட்டால் அந்தக் கீரையை இதுதான் இருக்கிறதென்று கொடுக்கலாமா?" என்று நாம் கேட்கலாம்.

“நீ கொடுக்கிற பொருளில் உயர்வு தாழ்வுஇல்லை. பிறருக்குக் கொடுக்கவேண்டுமென்று நினைக்கிற

நினைப்பில் தான் உயர்வு இருக்கிறது. நீ அதைப் பகிர்ந்து கொடு" என்று அவர் சொல்கிறார்.

மனத்தோடு செய்தல்

எந்தக் காரியத்தை யார் செய்தாலும் அதைத் தக்க படி செய்யவேண்டும்; மனத்தோடு செய்யவேண்டும். "எனக்கு ஆயிரம் ரூபாய் வந்தால் அநாதை விடுதிக்குக் கொடுத்துவிடுவேன்" என்று சிலர் நினைப்பார்கள். ஆனால் பணம் வரும்போது அந்த எண்ணம் மறைந்துவிடும். அது இல்லையே, இது இல்லையே கொடுக்க என்று நினைத்துக் கொண்டிருப்பதைவிட நினைக்கும்போதே கையில் எது இருக்கிறதோ அதைக் கொடுத்துவிட வேண்டும். அப்புறம் கொடுக்கலாம் என்று நினைத்தால், இடையில் எத்தனையோ மாயா சக்திகள் வந்து அந்த நினைப்பை மறைத்துவிடும். இறந்து போன ஒருவரை எண்ணி, "ஐயோ போய்விட்டாரே!" என்று அழுகிறவர்களைவிட, "எனக்கு அதைக் கொடுக்கிறேன் என்றாரே. அதற்குள் போய்விட்டாரே!" என்று அழுகிறவர்கள் தாம் அதிகம். ஆண்டவனுடைய திருவருளை நாடி இருப்பவர் கள் எதை எதை எவ்வெப்போது யார் யாருக்குக் கொடுக்க வேண்டுமென்று நினைக்கிறார்களோ அப்போதே கொடுத்து விடுவார்கள். பசி என்று தெருவில் வந்து நிற்பவனைப் பார்த்து, "நாளைக்கு வா. பாயசத்தோடு அமுது படைக்கிறேன்" என்று சொல்வதைக் காட்டிலும் நொய்யாக இருந்தாலும் வெறும் கீரையாக இருந்தாலும் இருக்கிறதை இருக்கிறபோதே முதலில் அவனுக்கு ஒரு பிடி கொடுத்து விட்டு உண்ணுவதே உயர்வு.

பொதுவுடைமைக் கொள்கை

தர்மம் செய்வதற்கு இன்ன இன்ன பொருள் வேண்டுமென்று அருணகிரியார் சொல்லவில்லை. மனித ராகப் பிறந்தவர் எல்லோரும் தர்மம் செய்யவேண்டு மென்று அவர் நினைக்கிறார். பணக்காரர்களுக்குத்தான் அறம் உண்டு, மற்றவருக்கு இல்லை என்று சொல்ல இயலாது.

பசி எனக் கேட்பானுக்கு ஒரு பிடி அன்ன மிட்டாலும் போதும். ஒரு பிடிதான் கொடுக்கமுடியும் என்ற நிலையில் உள்ள மனிதனுக்கு அதுவே பெரும் பய னைத் தரும். அருணகிரியார் சொல்வது ஒரு வகையான பொதுவுடைமைக் கொள்கை. அவர் திட்டம் பணக்காரர்கள் மாத்திரம் அல்ல, அன்றாடம் கீரை கிழங்குகளை வேகவைத்து உண்ணுகிறவர்களும் பங்குகொள்ளக் கூடியது.

அவர் சொல்வதில் மற்றோர் உண்மையும் அடங்கி யிருக்கிறது. வெந்தது எல்லாவற்றையும் தானம் செய்து விடு என்று அவர் சொல்லவில்லை. "உனக்கு வைத்துச் கொண்டு அவனுக்குக் கொடு. உனக்கு இல்லாமல் அவ னுக்குக் கொடுக்கவேண்டாம். இரண்டு பேரும் கலந்து பகிர்ந்து உண்ணுங்கள்'' என்றே சொல்கிறார்.

மாதவம்

இப்படிச் செய்கிற தானமே தவமாகும் என்று அருணகிரியார் பேசுகின்றார்.

அன்பின்
நிலையான மாதவம் செய்குமினோ.

"தவம் செய்யவேண்டுமென்று நினைக்கிறாயே. இந்திரிய நிக்கிரகம் செய்வதுதான் தவம் என்று நினைக்காதே. தவம் செய்கிறவனுடைய ஆற்றலை விடப் பிறருடைய பசி யைப் போக்குகிறவன் ஆற்றல் பெரிது என்பதை வள்ளு வர் சொல்லியிருக்கிறார். ஆகவே பசியைப் போக்கும் தவத்தைச் செய். அதையும் அன்போடு செய், அது அழிவில்லாத நிலையான தவம்" என்று அவர் நமக்கு உபதேசம் செய்கிறார். அப்படிச் செய்தால் என்ன பயன் உண்டாகும்?

தொலையா வழி

நும்மை நேடிவரும்
தொலையா வழிக்குப் பொதி சோறும், உற்ற துணையும் கண்டீர்,

"நீ கொடுக்கிற சிறு சோறு பின்பு பொதி சோறாக விளையும்" என்று அவர் பாடுகிறார். நான் எந்த ஊருக்குமே போனது இல்லை என்று சொல்கிறவர்களும் கடைசியில் தொலையா நெடுவழிப் பிரயாணம் ஒன்றைச் செய்ய வேண்டும். அதற்கு முடிவே கிடையாது. இந்த உடம்பு முடிந்தாலும் வேறு உடம்பு தயாராக இருக்கும். கொல்லை வழியாக வீட்டை விட்டுப் போய்விடலாமே என்று நினைக் கிறவர்கள் அந்தக் கொல்லையே அடுத்த வீட்டின் வாசலாக இருப்பதைக் கண்டு ஏமாறுவார்கள். இது போன்றது தான் மரணம். "இந்த உடம்பு போய்விட்டது. இனிக் கவலை இல்லை" என்று நினைக்க

முடியாது. மற்றோர் உடம்புக்குப் போகிற பிறவி என்னும் வாசல் அடுத்து நிற்கிறது.

மரணத்திற்குப் பின் உண்டாகிற நெடிய பயணத் திற்கு முடிவே இல்லை. அதைக் கடைவழி என்று முன்பு சொன்னார். இப்போது செய்கிற நிலையான மாதவந்தான் அந்தப் பயணத்தில் பொதி சோறாகவும், துணையாகவும் வந்து சேரும்.

இந்த நிலையான மாதவத்தை எப்படிச் செய்யவேண்டு மென்பதை நுட்பமாக அருணகிரி நாதர் தெரிவிக்கிறார்.

அன்போடு அறம் செய்தல்

அறிவை மழுங்க அடிக்கிற பசியை, இந்திரியங்களைச் செயலற்றுப் போகும்படியாகச் செய்கிற பசியைப் போக்கு வது சிறந்த தானம். இறைவனை எண்ணி அதைச் செய்தால் அதுவே தவமாகிவிடும்.

பிறருடைய பசியைப் போக்கும்போது நம்முடைய மனத்தில் ஒரு தகுதி வேண்டும். பலர் அன்னதானம் செய் கிறார்கள். அவர்களுடைய செயல் எல்லாம் தவம் ஆகி விடும் என்று சொல்வதற்கில்லை. அவர்களுடைய மனத்தில் அவ்வாறு தானம் செய்வதற்குக் காரணமான உணர்ச்சி வேறாக இருக்கிறது. சிலர் பேருக்கும் புகழுக்கும் ஆசைப்பட்டு அன்னதானம் செய்கிறார்கள். “அவன் செய்கிறானே; நாம் ஏன் செய்யக்கூடாது?” என்ற பொறாமையினால் சிலர் செய்யக்கூடும். சிலரோ, அப்படிச் செய்யாவிட்டால் ஊரிலுள்ளவர்கள் அடித்துப் பிடுங்கிக் கொண்டு போய்விடப் போகிறார்களே என்று செய்கிறார்கள். வரு மான வரிக்குப் பயந்து 'போனஸ்'

கொடுப்பது போல அவர் கள் தானம் இருக்கிறது. இவை எல்லாம் தானம் ஆவ தில்லை; தவமும் ஆவதில்லை.

**"அழுக்கா றவாவெகுளி இன்னாச்சொல் நான்கும்
இழுக்கா இயன்ற தறம்"**

என்று வள்ளுவர் சொல்கிறார். பொறாமை, ஆசை, கோபம், கடுமையான சொல் இவற்றில் ஒன்றும் இல்லா மல் செய்கிற தர்மமே தர்மம் என்பது அவர் கருத்து.

இறைவனை நினைத்துச் செய்தல்

உண்டுவிட்டு வீதித் திண்ணையில் வந்து உட்கார்ந்து கொள்கிறோம். "ஐயா பசிக்கிறதே!" என்று கால் கொப்புளிக்கும் வெயிலில் ஒருவன் வந்து நிற்கிறான். அப்போது நாம் எதை நினைக்கவேண்டும்? 'இவனை இப்படி வீதி வீதியாகப் பிச்சை கேட்க வைத்தவன் யார்? இவனைப்போல மனிதனாகப் பிறந்த நாம் சற்றும் சிரமம் இல்லாமல் சோறு புசிக்கும்படியாகச் செய்கிறவன் யார்?' என்று யோசிக்க வேண்டும். 'நம்மிடத்தில் சோற்றையும், அவனிடத்தில் பசியையும் கொடுத்தவன் நம்மிடத்தில் பசியையும் அவ னிடத்தில் சோற்றையும் கொடுத்திருந்தால் என்ன ஆகும்?' என்று ஆராயவேண்டும். அப்படி ஆராய்ந்தால் நம்முன் பிச்சை கேட்டுக்கொண்டு நிற்கிறவனை இழிவாக நாம் கருதுவோமா? நம்மிடம் சோற்றைக் கொடுத்து வைத்திருக் கும் ஆண்டவனே அவனிடத்தில் பசியைக் கொடுத்து நம் மிடத்தில் கேட்கும்படியாகச் செய்திருக்கிறான் என்று நினைத்தால், அப்போது, "ஆண்டவனே, உன் கட்டளையை உணர்ந்து கொண்டேன்" என்று கசிந்த உள்ளத்தோடு சோற்றைக்

கொடுக்கத் தோன்றும். அத்தகைய நினைப்போடு அறம் செய்தால் அழுக்காறு, அவா, வெகுளி, இன்னாச் சொல் ஆகியவை வருவதற்கு நியாயம் இல்லை.

ஆண்டவனுடைய நினைவோடு செய்கிற அறந்தான் நிலையான மாதவம் ஆகிறது. தர்மங்கள் செய்கிறபோது நம்மை நினைத்தால் அவா வளரும். அதுவே வெறும் கர்மம் ஆகிறது. இறைவனை நினைந்து செய்தால் அதுவே கர்ம யோகம் ஆகிறது. கர்மயோகமும் ஒருவகைத் தவந்தான்.

ஆகவே,நாம் பிறருடைய பசியைத் தீர்க்கும்போது இறைவனை நினைத்துக்கொண்டு அந்தச் செயலைச் செய்தால் வேறு எந்த விதமான உணர்ச்சியும் வந்து தடைப்படுத் தாது. அதுவே தவமாக முடியும்.

மலை ஆறு கூறு எழ வேல் வாங்கினானை வணங்கி, அன்பின்
நிலையான மாதவம் செய்குமினோ

என்று அருணகிரியார் சொல்வது இந்த நுட்பத்தை நமக்குத் தெரிவிப்பதற்காகத்தான்.

கிரௌஞ்ச மலை பிளந்தது

ஆண்டவனை எவ்வாறு இங்கே புகழ்கிறார்? அவன் கிரௌஞ்ச மலையின்மீது வேலைவிட்டான். அது பிளந்து போய்விட்டது. ஆறு கூறாகப் பிளந்தது.கூறு-துண்டு. கிரௌஞ்சமலை ஆறு துண்டுகளாகப் பிளந்து

விட்டது. முருகப்பெருமானுக்கு ஆறுமுகங்கள் இருப்பதுபோல வேலுக்கும் ஆறு பட்டை உண்டு. ஆறுபட்டையையுடைய வேல் பாய்ந்ததால் மலை ஆறு கூறுகளாகப் போயிற்று. மலைமீது வேலைவிட்டவன் எம்பெருமான். அவனை நினைந்து, 'அவன் என்னிடம் பொருளைக் கொடுத்து வந்தவனிடம் பசியைக் கொடுத்து அவனை என்பால் அனுப்பி இருக்கிறான்' என்ற நினைவோடு, கூழ் குடித்தாலும், அதை யாவது கொடுத்திருக்கிறானே என்ற நன்றி அறிவோடு அதைப் பகிர்ந்தளித்து நாம் அறம் செய்தால், அதுவே நிலையான மாதவம் ஆகும். நிலையான மாதவம் என்பது நெடுங்காலத்துக்குப் பின்னும் வந்து கைகொடுக்கும் தவம்.

அன்பின்
நிலையான மாதவம் செய்குமினோ.

அன்பு இருந்தால்தான் வறியவனைக் கண்டு எள்ளத் தோன்றாது. இறைவன் நினைவு உண்டாகும்.

மரணம் அடைந்த பிறகு செல்லும் வழிக்குத் துணை யாக இருப்பது இந்தத் தவம் என்று சொன்னார் அருண கிரிநாதர். மற்ற ஒன்றும் பற்றித் தொடராது.

"பற்றித் தொடரும் இருவினைப் புண்ணிய பாவமுமே"

என்று பட்டினத்தார் சொன்னார்.

வழித்துணை

நமக்கு வழித் துணையாகிய அறங்களில் சிறந்த அறம் ஈகை. ஈகையில் சிறந்தது அன்னதானம், அன்னதானத்தை இறைவன் நினைவோடு செய்யவேண்டும். செய்வது ஒரு பிடியாக இருந்தாலும் அதனால் உண்டாகிற புண்ணியம் மலையாக இருக்கும். இப்போது செய்கிற அறம் சிறிதாகத் தோற்றினாலும் அது பயனாக விளையும்போது பெரிதாக இருக்கும். மூடி வைத்திருக்கும் குடை சிறிதாகத் தோற்றலாம். வெயிலில் விரிக்கும்போது பெரிதாகத் தோற்றுகிறது.

கிரௌஞ்சமலை ஆறு கூறுகளாகப் போகும்படி வேல் வாங்கினவனை அன்பால் நினைந்து வணங்கி, “நான் கொடுக் கிறேன்" என்ற அகந்தை ஒழிய, நம்மிடம் கொடுப்பதற்கு இதுவாவது இருக்கிறதே என்று எண்ணி, இலையாயினும் வெந்தது ஏதாயினும் யாசிப்பவர்களுக்குப் பகிர்ந்து கொடுக்கவேண்டும். அப்படிச் செய்வது நிலையான பெரிய தவம். தொலையா நெடுவழியில் நாம்போகும்போது நம்மைப் பாதுகாக்கும் பொதிசோறாகவும் துணையாகவும் அந்தத். தவம் வந்து விளையும் என்பதை இந்தப் பாட்டின்மூலம் வலியுறுத்துகிறார் அருணகிரியார்.

மலைஆறு கூறெழ வேல்வாங்கி னானை
வணங்கி அன்பின்
நிலையான மாதவம் செய்குமி னோநும்மை
நேடிவரும்
தொலையா வழிக்குப் பொதிசோறும் உற்ற
துணையும்கண்டீர்;

இலைஆ யினும்வெந்த தேதாயி னும்பகிர்ந்
தேற்றவர்க்கே.

[கிரௌஞ்சமலை ஆறு துண்டுகளாகப் போக வேலை ஏவிய முருகனை வணங்கி, அன்போடு கீரையானாலும் வெந்த உணவுப் பொருள் ஏதானாலும் இரந்தவர்களுக்கு ஒரு பகுதி அளித் துப் பெரிய தவத்தைச் செய்யுங்கள்; அப்படிச் செய்வதனால் உண் டாகும் புண்ணியம், உம்மைத் தேடிப் பின்னாலே வர இருக்கும் நீண்ட வழிக்குக் கட்டுச்சோறும் நெருங்கிய துணையும் ஆகும்; இதை உணருங்கள்.

கூறு - துண்டு. வாங்கினான் -பிரயோகம் செய்தான். ஏற்ற வர்க்குப் பகிர்ந்து மாதவம் செய்குமின் என்று கூட்டுக. அன்பின் - அன்போடு. செய்குமினோ : ஓ, அசை. நேடி - தேடி. தொலையாவழி - கடக்கக் கடக்க மாளாத நெடுவழி, பகிர்ந்து - யாசிப்பவர்க்கும் ஒரு கூறு பங்கிட்டு, ஏற்றவர்க்கு - இரப்பவருக்கு.]

பாடும் ஆர்வம்

1

அருணகிரியாரின் சமரச இயல்பு

இதுவரையில் நாம் பார்த்துள்ள பல பாடல்களின் வாயிலாக அருணகிரிநாதப் பெருமான் பல வகையான சமரச வழிகளைக் காட்டுகிறார் என்பதை அறிந்திருக் கிறோம். சைவ வைணவ வேறுபாடு இல்லாமல் எல்லா மூர்த்திகளையும் வாயாரத் தம் பாடல்களிலே துதித்திருக் கிறார். யோகம், ஞானம், பக்தி என்ற மூன்றையும் மிக அழகாகத் தமது பாடல்களில் உணர்த்தியிருக்கிறார்.

அதுமட்டும் அல்ல. தமிழிலே அவர் கொண்டுள்ள ஆர் வத்தினாலே தமிழை எல்லோரும் நன்றாகக் கற்கவேண்டும், பிழையறக் கற்கவேண்டும் என்று குறிப்பிட்டிருப்பதை யும் பார்த்தோம். தமிழ்ப் பாடல்களை எழுத்துப் பிழை யறக் கற்கவேண்டும் என்றவர் அப்படிச் சொல்லும் பாட் டிலே தமிழுக்குரிய சிறப்பெழுத்துக்களை விரவ வைத் திருக்கிறார் என்பதை முன்பே கண்டோம்.

'அழித்துப் பிறக்காட் டாஅயில் வேலன் கவியை அன்பால்
எழுத்துப் பிழையறக் கற்கின்றி லீர்எரி மூண்டதென்ன
விழித்துப் புகையெழப் பொங்குவெம் கூற்றன்
விடும்கயிற்றால் கழுத்தில் சுருக்கிட் டிழுக்குமன் றோகவி
கற்கின்றதே!"

என்ற அழகான செந்தமிழ்ப் பாடலில் இந்த அமைப்பைப் பார்க்கிறோம். தமிழ் மொழிக்கே சிறப்பான ழ கரமும், ற கரமும் இதில் அதிகமாக விரவிக் கிடக்கின்றன.

'முருகப்பெருமானுக்கு மிகவும் உகந்த பல அலங்காரப் பாடல்களை நல்ல தமிழிலே சொன்ன பெருமான் அருண கிரியார். சைவ நெறியிலே நின்ற அருணை முனிவருக்கு எப்படிச் சைவம் அல்லாத பிற சமயங்களிலே வெறுப்பு இல்லையோ, அப்படியே நல்ல தமிழிலே அவருக்குள்ள ஆர்வம் பிறமொழியிலே வெறுப்பை விளைவிக்க வில்லை. சாதியிலோ, சமயத்திலோ, மொழியிலோ வேறுபாடு காணாதது, அவரது சமரசத்தன்மை நிரம்பிய தூய உள்ளம். நாம் முன்பு பார்த்த,

"மரணப்ர மாதம் நமக்கில்லை யாம்என்றும்
வாய்த்ததுணை
கிரணக் கலாபியும் வேலுமுண் டேகிண் கிணிமுகுள்
சரணப் ரதாப சசிதேவி மங்கல்ய தந்துரக்ஷா
பரண! க்ரு பாகர! ஞானா கரசுர பாஸ்கரனே!'

என்ற பாடலிலே முன் இரண்டடிகளில் தமிழும் வடமொழியும் கலந்து இருக்கின்றன. பின் இரண்டடிகளில் வட மொழித் தொகைச் சொற்கள் மிகுதி. தொகைச் சொல்லைச் சமாசபதம் என்று வடமொழியில் சொல்வர்."சம்ஸ் கிருதப் பாடல்களிலே கூட இவ்வளவு தொகைச் சொற்களைச் சேர்த்துச் சொல்லி இருக்கமாட்டார்களே! தமிழ்ப்பாட்டில் இப்படி வடமொழியைக் கலப்பது முறையா? இது தகுமா? இது தருமந்தானா?" என்று கேள்வி எழுகின்ற காலம் இது. எனக்குத் தமிழ்தான் வேண்டும் என்று சொல்கிற மக்கள்

இருக்கிறார்கள். அதுவும் இன்று பார்க்கப்போகிற பாடலை முருகக் கடவுளே எதிரில் வந்து நின்று, "இது என்னுடைய அன்பன் அருணகிரி எழுதிய பாட்டு. அன்பினாலே சொன்ன பாட்டாகையினாலே எனக்கு மிகவும் உகந்தது" என்று சொன்னாலுங் கூட, "இந்தப் பாட்டை நான் பாடமாட்டேன்! இது எனக்கு வேண்டாம்' என்று சொல்லும் தமிழ்ப் பெருமக்கள் இந்த நாட்டிலே இருக்கிறார்கள். அரசியல் உலகத்தில் பல விதமான வெறி இருப்பது போலவே மொழியின் திறத்திலும் வெறி தலைதூக்கி நிற்கிற காலம் இது.

ஒரே பண்பாடு

இந்திய நாடு முழுவதும் ஒரே ஒரு பண்பாட்டில் திளைக்கிறது என்பதைச் சில அரசியல் வாதிகள் ஒப்புக் 'கொள்வதில்லை. தமிழன் என்பது ஒரு தனி இனம் என்றும், அவனுக்கோர் தனிப்பண்பாடு உண்டென்றும் சொல்வார்கள். ஒரு பண்பாட்டைப் பின்பற்றும் தன்மையிலே சில வேறுபாடுகள் இருக்கலாம். இமயம் முதல் குமரி வரையிலும் ஒரு பண்பாடு விரவிக் கிடக்கிறது என்பதை நம் நாட்டு நூல்கள் மாத்திரம் அல்ல, பிறமொழி நூல்களும் சொல்கின்றன.

அதோடு மட்டுமன்று; சைவர்களாகிய தமிழ்நாட்டு அன்பர்கள் தொழுகின்ற சிவபெருமானே கைலாசத்தில் வாசம் செய்கிறதாக நம்புகிறோம். தட்சிண கைலாசம் தென்னாட்டில் இருக்கிறதென்று சொல்வார்களே தவிர, இயற்கையான கைலாசம் இங்கு இருக்கிறதென்று யாரும் சொல்வது இல்லை; அது இமாசலத்தில் இருக்கிறதென்றே ஒப்புக்கொள்வார்கள்.

தமிழ்நாட்டில் இருந்து இமயமலைச் சாரலில் உள்ள கைலாசத்திற்கு நாம் போகிறோம்; வடக்கே உள்ளவர்கள் நம் நாட்டிலுள்ள கன்யாகுமரியை நாடி வருகிறார்கள். இப்படி இமயத்திற்கும் குமரிக்கும் ஒரு தொடர்பு இருப்பதைப் பார்க்கிறோம். இந்தப் பெரும் நிலப்பரப்பில் வாழ் கிற மக்களுக்கிடையே உணவு, உடை, ஆசாரம் ஆகியவற் றில் வேறுபாடு இருந்தாலும், அறம் பொருள் இன்பம் வீடு ஆகிய உயிருக்குப் பயன்படுகிற செய்திகளில் பாரத நாட்டிலுள்ள எல்லா மக்களும் ஒரே விதமான கொள் கையை உடையவர்கள். இந்தப் பண்பாட்டில் வேற்றுமை இல்லை.
மொழியினாலே நாம் தமிழர்கள் என்
என்றால், பண் பாட்டை ஒட்டி இந்தியர்களாகவும், அன்பினாலே உலகத் திலுள்ளவர்களுக்கு எல்லாம் சகோதரர்களாகவும் இறை வனுடைய குழந்தைகளாகவும் விளங்குகிறோம்.

"அப்படியானால் நம்முடைய தமிழைக் காப்பாற்ற வேண்டாமா?" என்று ஒரு கேள்வி எழும். காலை நன்றாகக் காப்பாற்ற வேண்டும் என்பதற்கோ, உடம்பிலுள்ள உறுப்புக்களிலேயே உத்தமாங்கம் என்று சொல்லப்படுகிற தலையைக் காப்பாற்ற வேண்டும் என்பதற்கோ, காலுக்கும் தலைக்கும் தனித்தனியாக உணவு ஊட்டுகிறோமா? தலையிலே வலி வந்தாலும், காலிலே குடைச்சல் எடுத்தாலும் உள்ளுக்கு மருந்து சாப்பிடுகிறோம். அப்படித் தமிழர்களுடைய பண்பு குலையாமல் இருக்க வேண்டு மென்றால், தெலுங்கர்களுடைய பண்பு குறையாமல் இருக்க வேண்டுமென்றால், வங்காளிகளுடைய பண்பு குறையாமல் இருக்க வேண்டுமென்றால் இமயமுதல் குமரி வரையிலும் எல்லோருக்கும்பொதுவாக இருக்கிற

இந்தியப் பண்பாடு குறையாமல் இருக்கப் பாடுபடவேண்டும்.

வடமொழியும் தமிழும்

பொதுவாக இந்தியப் பண்பாட்டின் வளர்ச்சியில் தமிழும் வடமொழியும் சேர்ந்து கைகோத்துக் கொண்டு நடனம் ஆடிய நாடு இது. பக்தர்கள் எல்லாம், "முருகா, ஷண்முகா" என்று ஆண்டவனுடைய நினைவிலே மனம் ஒன்றித் துதித்தார்கள். "முருகா என் பது தென்மொழி; ஆகவே அது இருக்கட்டும். ஷண்முகா என்பது வடமொழி; அது நமக்கு வேண்டாம்" என்று மொழி ஆராய்ச்சி செய்து பார்த்து வெறுத்தார்கள் இல்லை.

இறைவனைத் துதிக்கும்போது தோத்திரத்திலே உள்ள சொற்களில், "இது வடசொல், நமக்கு வேண்டாம்; இது தமிழ், இருக்கட்டும்" என்றெல்லாம் பார்த்தால் இறைவன் திருவருள் கிடைக்காது. உயிர் ஆண்டவனோடு தொடர் புடையது; மொழி நிச்சயமாக நாக்காகிய கரணம் ஒன்றோடு தொடர்புடையது. இந்திரியங்களினால் நுகர்வதற்கு அப்பாற்பட்டவனாயும் மொழிக்கும் அப்பாற்பட்டவனாயும் இருக்கிறவன் எம்பெருமான். நாக்குடனே தொடர்புடைய மொழியை மட்டும் பற்றிக் கொண்டவர் இறைவனோடு தொடர்புடைய உயிரின் பற்றை அறுத்துக் கொண்டவர்களாகிறார்கள்.

பாரத நாட்டு மக்களிடையே வழங்கும் மொழி எண்ணற்றன என்றாலும் இலக்கண இலக்கியச் செறிவு இல் லாதவற்றை விலக்கிச் செப்பும் மொழி பதினெட்டு என்று குறித்தார்கள். அந்தப் பதினெட்டிலும் வடமொழி.

தென்மொழி ஆகிய இரண்டுமே தலைமையானவை. வடக்கே வழங்கிய மொழி வடமொழியாயிற்று. தெற்கே பேசப்பட்ட மொழி தென்மொழி ஆயிற்று. வடநாட்டில் உள்ளவர்கள் பிராகிருத மொழி பேசினார்கள். பிராகிருதம் என்றால் இயற்கை. பிராகிருத மொழி சுத்தமாகத் தெரிந்தெடுக்கப்படாத, இயற்கையான மொழி; பேச்சில் வழங்கும் மொழி. தமிழிலும்கூடப் பேச்சுத் தமிழ் வேறு, எழுத்துத் தமிழ் வேறு. எழுதுவது செந்தமிழ்; பேசுவது கொடுந் தமிழ். சுத்தமாக இலக்கணப் பிழை எதுவும் இன் றிப் பொறுக்கி உருவம் குலையாத வார்த்தைகளைப்போட்டு எழுதுவது செந்தமிழ். பேசும்போது நாம் வளைந்து வளைந்து சென்று பேசுகின்றோம். ஆகவே இதற்குக் கொடுந்தமிழ் என்று பெயர் வந்தது. குழந்தை வளைந்து வளைந்து நடப்பது எப்படித் தவறு இல்லையோ அப்படிப் பேசுவதில் செந்தமிழ் இல்லாமல் வளைந்து வளைந்து கொடுந் தமிழில் பேசுவது தவறு என்று கருதுவதில்லை. பேச்சுத் தமிழ் எப்போதும் கொச்சையான தமிழாக இருக்கும். கொச்சைத் தமிழிலே எழுதினால் எல்லாப் பகுதி மக்களும் புரிந்துகொள்ள முடியாது. ஆகவே எல்லோருக்கும் பொதுவான செந்தமிழில் எழுதுவார்கள். அப்படியே, பேசப்பட்ட பிராகிருத மொழி வேறு; பிராகிருதத்தி லிருந்து நன்றாகத் திருத்திச் செய்யப்பட்டது சம்ஸ்கிரு தம். சம்ஸ்கிருதம் என்றாலே நன்றாகச் செய்யப்பட்டது என்பதுதான் பொருள்.

சம்ஸ்கிருதத்தை ஒத்த மதிப்பைப்பெற்ற மொழி தமிழ்; சம்ஸ்கிருதத்தில் வேதம் உண்டு என்றால், தமிழ் வேதமாகிய தேவாரமும் திவ்யப்பிரபந்தமும் தமிழ்மொழி யில் உண்டு. சம்ஸ்கிருதம் எத்தனை பழையதோ அத்தனை பழையது தமிழ். ஹிந்தி

மொழியைப் பரமேசுவரன் உபதேசித்தான் என்று யாரும் சொல்லவில்லை. சம்ஸ்கிருத மொழியின் இலக்கணத்தைப் பாணினிக்கும், தமிழ் மொழி யின் இலக்கணத்தை அகத்தியருக்கும் பரமேசுவரன் உபதேசித்தான் என்று பல இடங்களில் புலவர்கள் சொல்லி இருக்கிறார்கள்.

"விடையு கைத்தவன் பாணினிக் கிலக்கணம் மேனாள் வடமொ ழிக்குரைத் தாங்கியல் மலயமா முனிக்குத் திடமு றுத்தியம் மொழிக்கெதி ராக்கிய தென்சொல்"

என்று பரஞ்சோதி முனிவர் கூறுகிறார். இரண்டு மொழிகளும் பரமேசுவரனுக்கு உகந்த மொழி; இரண்டு மொழிகளிலும் பல காலமாகப் பலபல பெரிய புலவர்கள் பாடியிருக்கிறார்கள். ஒரு பொருள் பல காலம் இருக்க வேண்டுமானால் அதற்குப் பலம் வேண்டும்; எத்தனைக்கு எத்தனை கப்பும் கிளையுமாக மரம் படர்ந்து கிடக்கிறதோ அத்தனைக்கு அத்தனை அதன் வேர் பூமிக்குள் நெடுந் தூரம் ஓடியிருக்கும். சமய நூல்களும் காவியங்களும் இலக்கியங்களும் தமிழ் வடமொழிகளில் அதிகமாக இருப்பதிலிருந்தே தமிழ் வடமொழி ஆகியவற்றின் வேர்கள் மிக்க பலம் உடையவை என்று தெரியவரும். சம்ஸ்கிருதத் தில் பேசுவோர் இல்லை என்கிறோம். அது ஒரு குறையன்று. நாம் எழுதும் செந்தமிழில் பேசுவோரும் இல்லை. இரண்டு மொழியும் பரமேசுவரனால் உபதேசிக்கப்பட்ட மொழி யாகையால் இரண்டையும் நம் நாட்டவர்கள் சமமாகவே கண்டார்கள்; வடமொழி தமிழ்மொழி ஆகிய இவ்விரண் டிலும் இருந்துதான் மற்ற மற்றப் பாரதநாட்டு மொழிகள் எல்லாம் உருப்பெற்று வளம்பெற்றன. இயற்கையான பேச்சில் இந்த இரண்டு மொழியும் கலந்தே வருகின்றன.

வடமொழியின் பொதுத்தன்மை

ஆங்கிலம் நம் நாட்டு மொழியே அன்று. இருப்பினும் ஆங்கிலப் பத்திரிகைகள் நம் நாட்டில் இருந்து வெளிவரு கின்றன. இந்த நாட்டில் தெலுங்கு பேசுபவராக இருந் தாலும், தமிழ் பேசுபவராக இருந்தாலும், வங்காளம் பேசுபவராக இருந்தாலும் பத்திரிகை வாங்கிப் படிப்பவர்கள் பொதுவாக ஆங்கிலம் படித்தவர்களாக இருப்பதால் ஆங்கிலத்தில் பத்திரிகைகள் வருகின்றன. அதுபோலப் பழைய காலத்தில் எந்த மொழி பேசு பவராக இருந்தாலும் கற்றவர் சம்ஸ்கிருதமும் படித்த வராக இருந்தமையால் எல்லோருக்கும் பயன்படவேண்டி மணியின் லட்சணம், வேதாந்தம், ஆகமம், சித்தாந்தம் முதலிய நூல்களை வடமொழியில் எழுதி வைத்தார்கள். அதை உணர்ந்துகொள்ளாது வடக்கே இருப்பவர்களுக்கு மட்டும் பயன்பட வேண்டுமென்று வடமொழியிலே எழுதி வைத்தார்கள் என்று சொல்வது சரியல்ல.

வடமொழி அறிந்த தமிழர்

தென்னாட்டிலுள்ள பிராமணர்களுக்குத்தான் சம்ஸ் கிருதம் தெரியும் என்று சொல்வதும் தவறு. வடமொழியை நன்றாகக் கற்றுணர்ந்த சைவர்கள் பலர் இருந்திருக்கிறார் கள்; இப்போதும் இருக்கிறார்கள். வால்மீகி இராமாயணத்தில் ஒவ்வொரு பகுதியையும் படித்து நன்றாகச் சுவைத்துப் பின்னர்த் தமிழிலே வடித்துத் தந்த பெரும் புலவர் கம்பர். தென்மொழியை நன்றாகக் கற்றுத் தெரிந்து வடமொழியிலேயே காவியங்கள் இயற்றிய புலவர்களும் உண்டு.

மெய்கண்டார் இயற்றிய சிவஞான போதத்திற்குப் பாஷ்யம் எழுதியவர் சிவஞான முனிவர். வடமொழி தென்மொழி இரண்டையும் கரைகண்டு உணர்ந்தவர் அவர்.

ஆகவே வடமொழி என்பது இந்திய நாட்டிலுள்ள ஏதோ ஒரு பகுதியினருக்கு மட்டுந்தான் சொந்தம் என்று நினைப்பது தவறு. இமயம் முதல் குமரிவரையிலுள்ள எல்லோருக்கும் சொந்தமானது அது. ஆகையினால் அம் மொழி ஓர் ஒழுங்கோடு இருக்கவேண்டும். அதற்காகப் பேச்சிலே இருந்த பிராகிருத மொழிச் சொற்களைப் பொறுக்கி எடுத்து ஒழுங்குபடுத்தி அமைத்ததுதான் சம்ஸ் கிருதம். உபதேச மந்திரங்கள் எல்லாம் சம்ஸ்கிருதத் திலேயே உள்ளன. பிராமணர்கள் அல்லாத தீட்சை பெற்ற தென்னாட்டுச் சைவர்கள் பலர் சுத்தமான சம்ஸ் கிருதத்திலேயே இன்னும் பல சடங்குகளைத் தமிழ்நாட்டில் நடத்திக் கொண்டிருக்கிறார்கள். சிற்பிகளும் சைவர்களின் குருக்களும் வடமொழிப் பயிற்சி உடையவர்களாக இருக்கிறார்கள்.

ஆரியத்திற்குச் சமமான மொழி தமிழ். இரண்டும் ஒப்ப நோக்கத் தக்கனவே தவிர ஒன்றுக்கு ஒன்று உயர்வு தாழ்வு என்று காண்பது தவறு.

குமரகுருபரர் மீனாட்சி அம்மையைப் பாடுகிறார். "அரு மையாகத் தொடுக்கப்பட்ட தெய்வத் தன்மை வாய்ந்தது வடமொழி வேதம். அந்த வேதத்தைத் தெரிந்துகொள் வதன் மூலம் கிடைக்கும் பயனாக இருக்கிற பெருமாட்டி மீனாட்சி" என்கிறார்.

"தொடுக்கும் கடவுட் பழம்பாடல் தொடையின் பயனே!"

அதுமாத்திரமா? வேதத்தைப் பெற்ற வடமொழியைப் போலவே சிறந்து நின்று பழுத்த மொழி தமிழ். தமிழ் பேசினால் அது நாக்கிலே சுவைக்கும். தமிழிலே பல துறைகள் இருக்கின்றன. ஒவ்வொரு துறையும் இனிமை யானது; தேன் கசியும் சுவையை உடையது. அத்தகைய துறைகளையுடைய தமிழில் ஒழுகுகின்ற இனிய சுவையாக இருக்கிறாள் அங்கயற்கண்ணி.

"நறைபழுத்த
துறைத்தீந் தமிழின் ஒழுகுநறுஞ் சுவையே!"

என்று அழைக்கிறார் குமரகுருபரர். வடமொழி, தென் மொழி ஆகிய இரண்டும் தெய்வங்களுக்கு உகந்த மொழி கள். ஆகையாலே அடியார்கள் இரண்டையும் சமமாகவே கண்டார்கள்.

"வடநாட்டு மொழி ஆரியம்; அது வேண்டாம்" என வெறுத்து ஒதுக்குபவர்கள் போக்கை நினைந்து இத்தனையும் சொன்னேன். நம் நாட்டுப் பண்டம் அல்ல என்று குட்டி கூராப் பவுடர் வாங்காமல் இருக்கிறோமா? பிளேடு வாங்காமல் இருக்கிறோமா? பல மருந்துப் புட்டிகளை வாங்காமல் இருக்கிறோமா? வெளிநாடுகளிலிருந்து அவற்றையெல்லாம் வாங்கி உபயோகித்த பழக்கம் இருப்பதனாலே அவற்றை வேண்டாம் என்று ஒதுக்க நமக்கு மனசு வரவில்லை. அவை எந்த நாட்டுப் பொருள் என்றாலும் மனித சமுதாயம் அத்தனையும் அநுபவிக்கிற பொருள் ஆகையால் நாம் எல்லோரும் வாங்குகிறோம். அப்படியே மனித சமு தாயம் உய்வதற்குரிய அரிய பல கருத்துக்கள் கொண்ட மொழி சம்ஸ்கிருதம்; அதோடு

ஒரே பண்பாட்டையுடைய பாரதநாட்டு மொழி அது, ஆகையாலே தென்னாட்டவர்களும் அதை விரும்பிப் படித்தார்கள்.

தமிழ் நாட்டில் வேதம்

பாண்டிய நாட்டைத்தான் சிறப்பாகத் தமிழ்நாடு என்பர். தமிழ் வளர்த்த சங்கத்தின் பீடமாக அமைந் திருந்தது பாண்டியநாடு. தமிழரசியின் அரசிருக்கை மதுரை. சிவபெருமானே சங்கப் புலவர்களோடு கூடி அமர்ந்து தமிழ் ஆய்ந்த இடம் என்று மதுரையைச் சிறப்பிப்பார்கள்.

அந்த மதுரையிலே ஒரு சமயம் சேர சோழ பாண்டிய நாட்டுப் புலவர்கள் பலர் கூடியிருந்தார்கள். பேச்சு வாக்கிலே ஒரு புலவர், "எங்கள் நாட்டில் உள்ளவர்கள் முதற் கோழி கூவியவுடனேயே எழுந்துவிடுவார்கள்'' என்று சொன்னார். அவர் பாண்டி நாட்டவர் அல்ல; சோழ நாட்டவர். அதைக் கேட்ட மதுரை நகரப் புலவர், "நீங்கள் எல்லாம் கோழி கூவித்தான் எழுந்திருப்பீர்களா? எங்கள் நாட்டிலுள்ளவர்கள் கோழி போன்ற பறவை கூவி எழுந் திருப்பது இல்லை. திருமாலினுடைய நாபியில் உதித்த தாமரைப் பூவில் வாசம் செய்கிற பிரமன் நாவில் இருந்து வெளிப்பட்ட நான்மறையின் ஒலி கேட்டு விழித்தெழு வோம்" என்றார்

“பூவினுட் பிறந்தோன் நாவினுட் பிறந்த
நான்மறைக் கேள்வி நவில்குரல் எடுப்ப
ஏம் இன்துயில் எழுதல் அல்லதை
வாழிய வஞ்சியும் கோழியும் போலக்

கோழியின் எழாஅதெம் பேரூர் துயிலே"

மதுரை மாநகரத்தில் வேத வல்லுநர்கள் பாட, அந்த ஒலியைக் கேட்டு மற்றவர்கள் எழுந்திருப்பார்களாம்

"சேர மன்னர் தலைநகரமாகிய வஞ்சியிலும் சோழர் தலை நகராகிய உறையூரிலும் உள்ள மக்கள் கோழியின் குர லைக் கேட்டு எழுவதுபோல நாங்கள் எழுவதில்லை" என்கிறார் புலவர்.

அக் காலத்தில் தமிழின் தலைநகரில் வடமொழி மறைக்கு எத்தனை மதிப்பு இருந்ததென்பதை இது புலப் படுத்தும்.

"வேதம் நிறைந்த தமிழ் நாடு" என்று நம் காலத்துப் புலவராகிய பாரதியாரும் பாடியிருக்கிறார்.

சிவம் பெரிதா, சக்தி பெரிதா என்று சீர்தூக்கிப் பார்த்து ஒன்றை விலக்க முடியுமா? பரமேசுவரன் வட மொழி என்றால் பராசக்தி தமிழ்.

"ஆரியன் கண்டாய் தமிழன் கண்டாய்"

என்று அப்பர் சுவாமிகள் பாடுகிறார். வடமொழியில் வெறுப்பில்லாமல் தமிழ் மொழியை வளர்த்தவர்கள் தமிழர்.

வட சொல்

தொல்காப்பியத்தில் செய்யுட்குரிய சொற்களை

இயற்சொல், திரிசொல், திசைச்சொல், வடசொல் என்று நான்காகப் பிரித்து இலக்கணம் வகுத்தார்.

வடசொல் என்றால் என்ன? ராம: என்றால் சம்ஸ்கிருதம் அல்லது ஆரியம்; அதுவே ராமன் என்று வந்துவிட் டால் வடசொல் ஆகிறது. தெற்கே இருக்கிறவன் வடக்கி லிருந்து வருபவனைப் பார்த்து வடக்கத்தியான் என்கிறான். சம்ஸ்கிருதச் சொல் அப்படியே இருந்தால் சம்ஸ்கிருதம்; அல்லது ஆரியச் சொல்; தமிழில் வந்து புகுந்தால் வட சொல், வடசொற்களைத் தேவார திருவாசக திவ்யப்பிரபந்த ஆசிரியர்கள் எல்லாம் மிகுதியாக ஆண்டிருக்கிறார்கள்.

2
அருணகிரியார் ஆர்வம்

சாதி, சமயம், மொழி ஆகிய எல்லாவற்றிலும் தெள் ளத் தெளியத் தமது சமரச மனோபாவத்தைக் காட்டும் அருணகிரிநாத கிரிநாத சுவாமிகள் தமிழில் வல்லவர் என்பது மட்டுமன்றி வடமொழியிலும் நல்ல புலமை படைத்தவர். அதற்குச் சான்று இந்தப் பாட்டு. வடமொழியையும் தமிழையும் இணைத்து அவர் பாடும் பாடல்களில் இதுவும் ஒன்று.

இந்தப் பாட்டின் முதல் இரண்டடிகளில் ஆண்டவ னிடத்தில், "ஆண்டவனே நான் வேண்டுமென்று ஒன்றைக் கேட்கிறேன்; அதை எனக்கு நீ வழங்குவாயாக" என்று விண்ணப்பித்துக்கொள்கிறார். அவர் கேட்பது எது?

ஆர்வம் ஈ!

"ஆர்வத்தை, விருப்பத்தை, கொடுப்பாயாக." விருப்பம் எதிலே வரவேண்டும்? நாம் செல்வத்தில், வீட்டில், மனை யாட்டியிடத்தில் ஆர்வத்தை வைப்போம். அருணை முனி வர் அவற்றிலே விருப்பம் வைப்பாரா? அவர் எதை விரும்பி யாசிக்கிறார்?

"ஆண்டவனே, உன்னுடைய புகழை நேர்முகமாகச் சொல்வதற்கு இன்னும் எத்தனையோ பக்குவம் உயர வேண்டும். பக்கத்து வீட்டிலுள்ள பெரிய பணக்கார ரோடு நட்புப் பூண்பதற்கு, முதலில் அவன் வீட்டு வேலைக் காரனைச் சிநேகம் பிடிக்க வேண்டியிருக்கிறது. உன்னோடு நான் நேராகத் தொடர்புகொள்ள வேண்டுமென்றால் அதற்கு ஏற்ற தகுதி எனக்கு வரவேண்டாமா? னுடைய புகழுக்கு அணிகளாக இருக்கிற வேலையும், செஞ் சேவலையும் முதலில் தெரிந்துகொள்ளவேண்டும். அவற் றைப் புகழ்கின்ற பாட்டுப் பாடவேண்டுமென்று ஆசையாக இருக்கிறது. அதுவும் செந்தமிழால் பாடவேண்டும். சேவலையும் வேலையும் செந்தமிழால் பாடுகின்ற ஆர்வத்தை எனக்குக் கொடுப்பாய், அப்பா" என்று கேட்கிறார்.

வேலும் சேவலும்

சிகராத்ரி கூறிட்ட வேலும் செஞ்சேவலும் செந்தமிழால் பகர் ஆர்வம் ஈ.

அத்திரி என்பது மலை. சிகராத்ரி - கொடுமுடிகளோடு கூடிய மலை. இங்கே கிரௌஞ்ச மலையைக் குறிப்பிக் கிறது. போன பாட்டிலே,

"மலையாறு கூறெழ வேல் வாங்கினானை"

என்று கிரௌஞ்ச மலை ஆறு கூறுகளாகப் போகும்படி வேலைவிடுத்த முருகனை வணங்கி, அன்பால் நிலையான மாத வம் செய்யச் சொன்னார் அல்லவா? கிரௌஞ்ச மலை ஆறு கூறுகளாகப் போகும்படி செய்தது முருகன் கரத்திலிருந்து விடுபட்ட வேல். அதை இங்கே சொல்கிறார்.

சிகராத்ரி கூறிட்ட வேலும்.

கொடுமுடிகளோடு கூடிய மலையாகிய கிரௌஞ்ச கிரியைக் கூறிட்ட, பொடிப் பொடியாக்கிய, வேலையும்.

செஞ் சேவலும்.

சிவந்த இறகுகளோடு கூடிய கோழியையும்.

செந் தமிழால் பகர் ஆர்வம் ஈ.

"செய்ய தமிழினாலே, சிறிதேனும் குற்றமில்லாத, இலக்கணப் பிழை இல்லாத தமிழினாலே தோத்திரம் பண்ணுகிற ஆர்வத்தை எனக்குக் கொடுப்பாயாக' என்று சொல்கிறார். தமிழ்ப் பாட்டிலே பாடும் ஆர்வத்தைக் கொடுப்பா யாக என்று இவர் இரப்பதற்குக் காரணம் என்ன?" இவருக் குத் தமிழ் நன்றாக வராது போலிருக்கிறது. எடுத்த எடுப்பிலேயே சிகராத்ரி என்று வடசொல்லாலே ஆரம்பித்திருக்கிறாரே. அந்தக் குறையை இவரே உணர்ந்து கேட் கிறார்' என்று சில அதிக ஆராய்ச்சிக்காரர்களுக்குத் தோன் றும். அவர் எத்தனை அழகான தமிழ்ப் பாடல்களைப் யாடியிருக்கிறார் தெரியுமா? கந்தர் அநுபூதியில்,

"செம்மான் மகளைத் திருடும் திருடன்
பெம்மான் முருகன் பிறவான் இறவான்
சும்மா இருசொல் அறஎன் றலுமே
அம்மா பொருளொன் றும்அறிந் திலனே"

என்று வருகின்ற பாட்டிலே ஒரு வடசொல்கூட இல்லை. இப்படிப் பல பாடல்களைச் செந்தமிழில் பாடும் பெரும் புலவர் அருணகிரியார். கந்தர் அலங்காரத்திலும் இதற்குச் சான்றாகப் பல பாடல்கள் உண்டு. ஆகவே, வடசொற்கள் பாட்டிலே வருவதனால் அருணகிரியாருக்குத் தமிழ் தெரி யாது என்று சொல்லிவிட முடியாது. நன்றாகத் தெரியும்

வடசொல் இணைப்பு

வடமொழியும் தமிழும் எம்பெருமானுக்கு உகந்த மொழிகளாதலால் தமிழ்ப் பாட்டினிடையில் வடசொற் களை இணைத்துப் பாடினால் அவற்றையும் எம்பெருமான் உகந்து கேட்பான்; அது தவறு அல்ல என்ற கருத்தைக் குறிப்பாகத் தெரிவிக்கவே, இந்தப் பாட்டின் முன் இரண் டடிகளிலே, "செந்தமிழால் பகர்கின்ற ஆர்வத்தைக் கொடுப்பாயாக" என்று கேட்டுவிட்டு, பின் இரண்டடிகள் முழுவதையும் வட சொற்களாலே அமைக்கிறார் போலும்.

பணிபாச சங்க்ராம பணாமகுட்
நிகராட்சம பட்ச பட்சி துரங்க ந்ருப! குமரா! குக! ராட்சச
பட்ச! விட்சோப தீர! குண துங்கனே!

மயிலின் பெருமை

பணத்தை உடையது பணி. பணம் - படம். படத்தை உடைய நாகப்பாம்புக்குப் பணி என்று பெயர். அந்தப் பாம்பு மயில் போகும்போது காலிலே கயிறு போலச் சுற்றிக்கொள்கிறது. அதோடு படத்தை எடுத்துச் சண்டை போடுகிறது. நாகப்பாம்புக்கும் கருடனுக்கும் எப்படி விரோதமோ அப்படியே மயிலுக்கும் பாம்புக்கும் விரோதம். பணியாகிய கயிற்றோடு போரிடும் தன்மை உடையது மயில். சங்க்ராமம் - போர். நாகம் படத்தை எடுத்தாலே மயிலுக்குக் கோபம் வந்துவிடும்.

பணாமகுட நிகரம் - படங்களையுடைய முடிகளின் தொகுதி. படங்கள் சேர்ந்த கூட்டம் உடைய தலை ஆதி சேஷனுக்கு உண்டு. நிகரம்-கூட்டம். பல தலைகளைக் கூட்ட மாக உடைய ஆதிசேஷனைப் போன்ற பாம்புகளைக் கண் டால் எம்பெருமானின் வாகனமாகிய மயில் அஞ்சுவதில்லை. பல முடிகள் இருப்பதனால் பாம்பு சீறுகிறது. அந்தத் தலைக் கூட்டத்தைக் கண்டு மயில் சினத்தைக்கொள் கிறது. அதைப் பட்சிக்கும் துணிவைக் கொள்ளும் பட்சி

அது

பணாமகுட நிகர அக்ஷம பட்ச பட்சி.

ஆயிரம் பணா முடியை உடைய பாம்பைக் கண்டாலே போதும்; கொஞ்சம்கூட க்ஷமை இல்லாத கோபத்தோடு கூடிய மயில், அந்தப் பாம்பைக் கொத்திக் கொத்தி அடக்கு கின்றது. க்ஷமை என்றால் பொறுமை. அதற்கு நேர் விரோதம் அட்சமை. அட்சமை என்றால் பொறுமை இன்மை; கோபம். மற்றப் பாம்பாகிய கயிறுகளைப்

போலப் போர் செய்ய வருகின்ற பல தலைகளை உடைய, படங்களின் கூட்டத்தை உடைய நாகப்பாம்பைக் கண் அஞ்சாமல், பொறுக்கும் தன்மையில்லாத கோபத்தோடு அப் பாம்பைக் கொத்திக் கொத்திப் பட்சிக்கின்ற பறவை மயில்; அதை வாகனமாக உடைய அரசன், தலைவன் முருகன்.

பட்சி துரங்க ந்ருப! குமரா!

பறவையாகிய மயிலைக் குதிரை போன்ற வாகனமாக உடைய பெரிய நிருபன். நபன் - பெரிய தலைவன்; அரசன் என்று பொருள். "நிருபனே, குமரனே" என்று விளிக்கிறார்.

அரசன்

"தேவர்களுக்குத் தலைவன் இந்திரன்; அவனைத்தான் தேவராஜா என்பர். முருகன் எப்படி அரசனாவான்?" என்று கேட்கலாம். சூரபன்மனால் சிறையில் அடைக்கப் பட்டபோது அந்தத் தேவராஜனால் தேவர்களைக் காப் பாற்ற முடிந்ததா? தன் மனைவி சசி தேவியின் மாங்கல்யத் தைத்தான் காப்பாற்ற முடிந்ததா? காப்பாற்ற முடிந்ததா? இல்லை. அந்தத் தேவராஜனுக்கும் அரசனாகிய முருகன் அவதாரம் செய் தான்; எல்லோரையும் காப்பாற்றினான். சசி தேவி மங்கல்ய தந்து ரக்ஷா பரணனாக வந்த அரசன் ஷண்முக நாதன். இந்திரன் அரசனானால் அந்த அரசனுக்கும் அரசனான சக்கரவர்த்தி முருகன்.

குமரன்

நிருபன் என்று சொன்னவர் அடுத்து,

குமரா!

என்கிறார். குமாரன் என்ற சொல்லுக்கு இளமை உடையவன் என்பது ஒரு பொருள். மாரனுடைய அழகைக் குலைப்பவன் என்பது ஒரு பொருள். மாரன் அழகு புறக் கண்ணுக்குத்தான் தோற்றும். குமாரனின் அழகு அகக் கண்ணுக்கும் தோன்றும்.

குகன்

அடுத்தபடி,

குக!

என்றார். குகன் - குகையில் இருப்பவன். குறிஞ்சி நிலத்து வள்ளியெம்பெருமாட்டியை மலைக்குகையில் அளவளாவி இன்புற்றான், இந்த ஞானமூர்த்தி எல்லோருடைய இருதயத்திலும் வசிக்கின்றான். இருதயம் குகை போன்ற இடம். இருதய குகையிலே யார் விளக்கை ஏற்றி வைத்துக் கொள்கிறார்களோ அவர்கள் இருட்டிலே தெரிந்துகொள்ள முடியாது இருந்த எம் பெருமானைத் தெரிந்து கொள்கிறார்கள். இருதயத்திலுள்ள குகையைத் தகராகாசம் என்று சொல்வார்கள். அங்கே அவன் இருப்பதனால் அவனுக்குக் குகன் என்று பெயர் வந்தது.

அசுரர்க்குப் பகைவன்

ராட்சச பட்ச!

ராட்சசர் என்ற சொல் உபலட்சணத்தினாலே அசுரர் களையும் குறிக்கும். நல்ல காரியங்களைச் செய்து வருகிற நல்லவர்களுக்கும், தேவர்களுக்கும் தீங்கை விளைப்பவர்கள் அசுரர்களும் ராட்சசர்களும். இந்த ஒற்றுமையினால் சில சமயங்களில் ராட்சசர்களை அசுரர் என்றும், அசுரர்களை ராட்சசர் என்றும் சொல்வது உண்டு. இங்கே அருணகிரி நாதர் அசுரர் என்ற பொருளில் ராட்சசர் என்பதை அமைத்திருக்கிறார்.

"ராட்சசர்களைப் பட்சிக்கின்றவனே' என்பது இத் தொடரின் பொருள். "அவர்களைக் கொன்று தின்கின்ற நர மாமிச பட்சிணியா உங்கள் இறைவன்!'' எனக் கிண்ட லாகச் சிலர் கேட்கலாம். ஒருவனைப் பார்த்து, "அவனிடம் நீ போகாதே. அவன் உன்னைச் சாப்பிட்டு விடுவான் ஐயா" என்று நாம் சொல்கிறோம். சாப்பிட்டு விடுவான் என்று சொல்வதற்கு என்ன பொருள்? இவனையும்விடச் சாதுரியம் நிரம்பியவன் அவன். தன்னுடைய திறமை யினாலே இவனை அவன் வென்றுவிடுவான் என்ற கருத் தையே அப்படிச் சொல்கிறோம்.

அசுரர்கள் பொல்லாதவர்கள்; நல்லவர்கள் செய்கின்ற யாகங்களை அழிக்கின்றவர்கள்; நல்லவர்களுக்குத் தீங்கை விளைப்பவர்கள். முருகப்பெருமான் நல்லவர்களைக் காப்பாற்றி யாக ரக்ஷணம் பண்ணுகிறவன்.

யாகத்திலே ஆகுதி பண்ணும் முன், "ஸுப்ரம்மண் யோம்" என்று மூன்று முறை சொல்வார்கள். பிறகு வேள்வியை நிறைவேற்றுவார்கள். பல தெய்வங்களுக்குச் செய்கின்ற ஆகுதிகளை நடுவில் அசுரர்கள் கைப்பற்றாமல் இருக்கப் பாதுகாவலன் வேண்டுமல்லவா? "ஸுப்ரம் மண்யோம்" என்று மும்முறை சொல்லி ஆகுதி செய்வ தற்குக் காரணம், முருகப்பெருமான் காவலனாக இருந்து அந்த யாகங்களுக்கு அசுரர்களால் இடையூறு வராவண்ணம் காப்பாற்றவேண்டும் என்ற நோக்கமே. அவன் அப்படியே செய்கிறான்.

"**அந்தண் மறை வேள்வி காவற்கார**" என்று திருப்புகழில் வருகிறது.

"**நிருதரார்க்கொரு காலா** " என்றும் திருப்புகழில் வருகிறது.

நல்ல காரியங்களுக்கு இடையூறாக இருக்கிற அசுர சம்பத்துக்களை நாசம் செய்கிறவனாக முருகன் இருக்கிறான் என்பது உள்ளுறை. ஆதலின், **ராட்சச பட்ச!** என்கிறார் அருணகிரியார்.

கலக்கமில்லாத் தீரன்

அசுரர்களிடத்தில் இரக்கமும், அவர்களைக் காண்பத னாலே பயமும், கலக்கமும் இருந்தால் முருகப்பெருமானால் அவர்களைச் சங்கரித்துச் சுரர்களுடைய நல்ல காரியங்களுக்குப் பாதுகாப்பாக இருக்கமுடியாது. முருகன் விட்சோபனாக இருக்கிறான்.

விட்சோப!

க்ஷோபம் என்றால் கலக்கம். விட்சோபம் என்றால் கலக்க மில்லாத தன்மை. எம்பெருமான் கலக்கம் இல்லாத வனாக இருக்கிறான். பாசமாகிய கட்டுடைய மக்கள் அஞ்ஞானத்தில் அழுந்திக் கலக்கம் உடையவர்களாகிறார்கள். பாசமாகிய கட்டை அறுத்து எறிகின்ற ஞான வேலைப் படைத்த எம்பெருமான் எப்போதும் சுத்தஞானத் தெளிவு உடையவனாக இருக்கிறான்; ஞான பண்டித சாமி யாக விளங்குகிறான். ஆகவே, 'விட்சோப - கலக்கமில்லாத வனே!' என்கிறார் அருணகிரிநாதர்.

தீர!

“தைரியம் உள்ளவனே” என்கிறார். நாம் நெஞ்சிலே தீரம் இல்லாமல் பயந்து கொண்டிருக்கிறோம். பக்கத்து வீட்டுச் செல்வனுக்குப் பயப்படுவது மாத்திரம் அல்ல. நமக்கு மேலே இருக்கிற உத்தியோகஸ்தருக்குப் பயப்படுவது மாத்திரம் அல்ல. கரிய கடாமீது வருகின்ற காலனைக் கண்டு பயந்து 'ஓ' வென அலறுகிறோம். எம்பெருமான் காலனுக்கும் காலனாக இருப்பதாலே யாரைக் கண்டும் அவன் அஞ்சுவதில்லை. அவன்தான் மகாதீரன். “தீர தீர தீராதிதீரப் பெருமாளே” என்று பாடுவார் திருப்புகழில்.

குணதுங்கனே!

எம்பெருமான் பலவிதமான தூய அருட்குணங்கள் நிரம்பியவன். ஆகவே தூய குணங்களுடையவனே என்கிறார்.

மயில் வாகனப் பெருமானே, குமரனே, குகனே, ராட்சசர்களைச் சங்கரிக்கின் றவனே, கலக்கமில்லாதவனே தீரனே, தூய குணங்கள் எல்லாம் நிரம்பப்பெற்றவனே என்று வடசொல்லாலே ஆண்டவனைத் துதிக்கிறார் அருண கிரியார்.

வேல் சேவல் மயில்

அருணகிரிநாத சுவாமிகள் தனியே முருகப்பெரு மானை மாத்திரம் கும்பிட்டு நிற்பவர் அல்ல. ஞானப்பெரு மானுடைய திருக்கரத்திலே படையாக விளங்குகின்ற வேலையும், வாகனமாக இருக்கிற மயிலையும், வெற்றிக் கொடியாக இருக்கிற சேவலையும் சேர்த்துத் துதிப்பது அவரது வழக்கம். சேவல் விருத்தம், மயில் விருத்தம், வேல் விருத்தம் என்று அவற்றைத் தனியே பாடியிருக் கிறார். வேல் வகுப்பு, மயில் வகுப்பு என்று இரண்டு வகுப்புகள் வேறு பாடியிருக்கிறார்.

அவர் பாடிய நூல்கள் பல. திருப்புகழ், திருவகுப்பு, கந்தர் அந்தாதி, கந்தர் அலங்காரம், வேல் மயில் சேவல் விருத்தங்கள், கந்தர் அநுபூதி என்ற ஆறு தொகுதிகளை அவர் பாடினார். இந்த ஆறு நூல்களுக்குள்ளும் இறு தியில் பாடிய நூல் கந்தர் அநுபூதி. கந்தர் அநுபூதியில் முதல் பாட்டில், 'ஆடுகின்ற பரியாகிய மயிலையும், படையாகிய ஞானவேலையும், வெற்றிக் கொடியாகிய சேவலையும் பாடுகின்ற உத்தியோகத்தை ஆண்டவனே

எனக்குக் கொடுப்பாயாக' என்று விண்ணப்பித்துக் கொள்கிறார்.

***"ஆடும் பரிவேல் அணிசே வல்எனப்
பாடும் பணியே பணியா அருள்வாய்!"***

வேலின் தத்துவம்

வேல் வெறும் இரும்பு என்றோ மயிலும் சேவலும் வெறும் பறவைகள் என்றோ நினைப்பதற்கு உரியன அல்ல. அவை சில உண்மைகளைப் புலப்படுத்தும் அடை யாளங்கள்.

சிகராத்ரி கூறிட்ட வேல்

என்றால், கொடுமுடிகளோடு கூடிய பெரிய மலையைக் கூறு போட்டது என்று பொருள். அதைக்கண்டு இது நல்ல இரும்பினாலே ஆன வேல் என்று எண்ணத்தகுமா? பெரிய மலையாக நிற்பது எது? மனிதனுடைய அகங்காரம் மலை போல் நிற்கிறது. ஆடாமல் அசையாமல் பின்னாலே இருக்கிற அத்தனை பொருள்களையும் மறைத்துக்கொண்டு நிற்கிற மலைபோல, நான் நான் என்கிற அகங்காரம் மற்றவர்களுடைய நலன்களை எல்லாம் மறைத்துக்கொண்டு நிற்கிறது. பிறர் படுகின்ற நோவைக் கண்டு மனம் இளைத்தவனை, "ஏண்டா பாறைபோல் நிற்கிறாய்?" என்று சொல்வது இல்லையா? உள்ளத்திலே அசைவு இல்லாமல், இரக்க உணர்ச்சி இல்லாமல் மனிதர்கள் இருக்கிறார்கள் என்றால் அதற்குக் காரணம் அவர்களுடைய உள்ளம் கொடு முடிகளோடு வளர்ந்து நிற்கும் மலைபோன்ற அகங்காரத்தை உடையதாக

இருப்பதுதான். அகங்காரமுடையவன் பிற ரிடத்லே அன்பு இல்லாமல், கருணை இல்லாமல் நெகிழ்ச்சி இல்லாமல், நமக்கும் அவன் படுகின்ற துன்பம்போல நாளைக்கு வருமே' என்கிற நினைவு இல்லாமல் கல் மலை மாதிரியாகத்தான் நிற்பான், மனிதனுடைய அகங்கார மாகிய மலையிலே மமகாரமாகிய பல கொடுமுடிகள் இருக் கின்றன. இந்த அகங்கார மமகாரமாகிய அகப்பற்றுப் புறப்பற்றுகளே பல பல பிறவிகளுக்குக் காரணமாகின் றன. மமகாரங்களாகிய கொடுமுடிகளோடு வளர்ந்து நிற்கும் அகங்காரமாகிய அத்திரியைக் கூறுபோட வேண்டு மானால் ஞானம் வரவேண்டும்.

அகங்கார மமகாரங்களாகிய சிகராத்திரியைக் கூறிட் டது ஞானவேல்; அகங்காரத்தைச் சார்பாகக்கொண்ட சூரனைச் சங்காரம் பண்ணியது வேல்.

சிகராத்திரி கூறிட்ட வேலோடு செஞ்சேவலையும் பாடவேண்டும் என்கிறார் அருணகிரிநாதர்.

சேவலின் தத்துவம்

சேவல் ஆண்டவனுடைய வெற்றிக் கொடியாக விளங்குகிறது. கோழி என்று நினைத்த மாத்திரத்திலே நல்லவர்களுக்குப் புற இருளைப் போக்கடிக்கின்ற சூரியனு டைய நினைவு வரும். முருகனிடத்தில் ஈடுபட்டவர்களுக்கு அஞ்ஞான இருளைப் போக்கடிக்கின்ற ஞானபானுவாகிய முருகனுடைய நினைவு முந்தும்.

செம்மை என்பது தமிழில் மிகச் சிறப்புடைய சொல். நம் உடம்பில் ஊற்றமாக இருக்கும் குருதி செம்மைதான். பரிபூரணம், நிறைவு என்பதைக் குறிப்பதற்கும் செம்மை என்ற சொல்லை வழங்குகிறோம்; ஒருவன் நன்றாகப் பாடினான் என்றால், "செம்மையாகப் பாடினான்" என்றும், ஒரு காரியத்தைத் திறம்படச் செய்தால், "செம்மையாகச் செய்தான்" என்றும் சொல்கிறோம். குறையின்றி நிறைவாக முடித்தான் என்பதையே, "செம்மையாகச் செய்தான்" என்கிறோம். உள்ளத்தில் கெடுதல் இல்லாமல் நேர்மை நிறைவு பெற்றிருந்தாலும் உள்ளம் செம்மையாக, தூய தாக இருக்கிறது என்று சொல்லலாம். சிறப்புடைய சேவலை நிறம் பற்றி மாத்திரம் செஞ்சேவல் என்று சொல்ல வில்லை; குணம் பற்றியும் அவ்வாறு சொன்னார்.

அஞ்ஞானத்திலே உறங்கி வீழ்ந்து கொண்டிருப் பவர்களை ஞானபானுவாகிய எம்பெருமான் எழுந் தருளுகின்றான்; தூங்காதீர்கள் என்று அறைகூவி அழைப்பது சேவல். சக்தி சிவனிடத்தில் இருந்து தோன்றிய மாத்திரத்தில் முதல்முதலாகத் தோன்றியது நாத தத்துவம். அந்த நாத தத்துவமே கோழி. அதன் பின்னர் எஞ்சியுள்ள எல்லாத் தத்துவங்களும் வெளிப்பட்டன.

உலகத்துக் கோழி கூவும்போது புற இருள் விலகிப் பொழுது விடிகிறது; அஞ்ஞான இருள் நீங்கி, ஞான ஒளி பிரகாசிப்பதற்கு அடையாளமாகக் கூவும் கோழி எம் பெருமான் திருக்கரத்திலுள்ளது; அது செஞ்சேவலாக விளங்குகின்றது.

"என்னுடைய மமகாரமாகிய கொடுமுடியோடு கூடிய அகங்கார மலையைக் கூறிடுவது வேல்; அதையும் அஞ் ஞான இருளைப் போக்க வழிகாட்டும் சேவலையும் செந்தமி ழால் பகர்கின்ற ஆர்வத்தை எனக்குத் தருவாயாக" என்று பிரார்த்தனை செய்து கொண்டார்.

மயிலின் தத்துவம்

வேல் சேவல் ஆகிய இரண்டோடு, மயிலையும் பாடு கின்ற பணி எப்போதும் இருக்கவேண்டும் என்பது அருண கிரியார் ஆர்வம். முதலில் வேலையும் சேவலையும் சொன்னவர் மயிலை மறக்கவில்லை. அதனை அடுத்த அடியில் இணைத்து விடுகிறார்.

பணி பாச சங்க்ராம பணாமகுட
நிகராட்சம பட்ச பட்சி,

பணிபாசம் என்றால் பாம்பாகிய கயிறு என்று பொருள். இங்கே நாகபாசம் எது? நம்முடைய பாசபந்தங்கள்தாம். பிறவிக்குக் காரணமான இந்தப் பாசபந்தங் களுக்குக் கட்டுப்பட்டுக் கிடக்கிறோம். பாசமாகிய பாம் புக்குக் கட்டுப்படுவதனாலே உயிர் குலைந்து விடுகிறோம். இந்தக் கட்டை அறுத்துக் கொண்டால்தான் மயக்கம் தீரும். சுற்றிச் சுழன்று கொண்டிருக்கிற பாம்பைக் கொத்திக் கொத்திக் கொன்றுவிடுவது மயில். மயில் ஓங்கா ரத்தின் வடிவம். பாம்பு பெரிய பாசமாக இருப்பதனாலே, பாம்பை அடக்குகின்ற மயில் ஓங்கார மந்திரமாக இருக் கிறது. ஓங்கார மந்திரத் தியானம் பாசத்தை நீக்கும் என்று பெரியவர் சொல்வர். பிரணவ மந்திரத்தைத் தினமும் ஜபித் தால் பாசங்களினின்றும்

விடுபட்டு எம்பெருமானை வணங்குகின்ற ஞானம் உண்டாகும். எல்லா மந்திரங் களுக்கும் மூலம் பிரணவம். சுருண்டு கிடக்கின்ற குண்டலினி ஆகிய பாம்பு கிடப்பது நீங்கி ஓடவேண்டும். மூலக்கனலை எழுப்பினால் இது நிகழும் என்று யோக சாஸ்திரம் கூறும். இதற்குக் குண்ட லினி யோகம் என்று பெயர். சுருண்டு கிடக்கின்ற பாம்பு வாலையும், தலையையும் நீட்டிக் கொண்டு ஓடவேண்டு மானால் மயில் வரவேண்டும். யோகிகளுக்கும் முருகன் மயில் வாகனத்தில் காட்சிகொடுத்தால் நன்மை உண்டாகும்.

வேண்டுகோள்

இந்தத் தத்துவங்களை எல்லாம் உள்ளடக்கி, "கயிறு பேரீன்ற பாம்போடு சண்டை போடுவதும், படத்தின் தொகுதிகளைக் கண்டு பொறுமை இல்லாமல் கொத்திக் கொத்தி அடக்குவதுமாகிய பறவையாகிய மயில்" என்று சிறப்பித்தார். "அந்த மயிலை வாகனமாக உடைய பெருமானே என்றும் இளையவனே, மாரனைக் குற்சிதம் பண்ணின குமரனே, தகராகாசத்தில் வசிக்கின்ற குகனே, அசுரர்களைச் சங்காரம் பண்ணுகின்றவனே, கலக்கம் இல்லாதவனே, தீரனே, குணக்களஞ்சியமே, மலையைக் கூறுபோட்ட ஞானமயமான வேலையும், நாத தத்துவமாகிய சேவலையும் குற்றமில்லாத தமிழிலே பாடுகின்ற விருப் பத்தை எனக்கு அளிப்பாயாக" என்று அருணகிரியாரைப் போல நாமும் வேண்டிக் கொள்ளலாம்.

சிகராத்ரி கூறிட்ட வேலும்,செஞ்
சேவலும் செந்தமிழால்
பகர் ஆர்வம் ஈ; பணி பாசசங்

க்ராம பணாமகுட
நிகராட் சமபட்ச பட்சி
துரங்க ந்ருபகுமரா!
குக!ராட் சசபட்ச! விட்சோப!
தீர! குணதுங்கனே!

(முடிகளையுடைய மலையைத் துண்டுபோட்ட வேலையும், செந் நிறமுள்ள சேவற்கொடியையும் செந்தமிழால் பாடிப் புகழும் ஆர்வத்தை நீ தருவாயாக; பாம்பாகிய கயிற்றோடு போர்செய்வதும் படத்தோடு கூடிய தலைத்தொகுதியைக் கண்டு கோபம் அடைவதும், அதை அடக்குவதுமாகிய மயிலாகிய பறவையை வாகனமாக உடையவனே! அரசனே! குமரனே! குகனே! அசுரர்களை அழிப்ப வனே! கலக்கமற்றவனே! தீரனே! தூய குணங்களை உடையவனே!

குணதுங்கனே, ஆர்வம் ஈ என்று கூட்டுக.

சிகரம் - முடி, அத்ரி - மலை. கூறு - துண்டு. பணி - பாம்பு. பாசம் - கயிறு. சங்க்ராமம் - போர். பணாமகுட நிகரம்- படத் தோடு கூடிய தலைத்தொகுதி, அக்ஷமம் - கோபம். பட்ச - உண் ணும் இயல்பையுடைய; இங்கே அடக்கும் என்று கொள்க. துரங்க- வாகனமாக உடையவனே. பாச சங்க்ராம பட்சி, பாச சங்க்ராம பட்சி, பணாமகுட நிகராட்சம பட்சி, பட்சபட்சி என்று தனித்தனியே கூட்டுக. ந்ருப- அரசனே, ராட்சச பட்ச - அரக்கர்களை உண்பவனே; இங்கே அழிப்பவனே என்று பொருள்.)

அருணகிரி நாதர் மனிதன் இந்த உலகத்தில் வாழ் வதற்குரிய வகைகளையும் அவ்வப்போது சொல்லி வரு கிறார். இறைவன் திருவருளைப் பெறுவதற்கு என்ன என்ன வழி என்பதைப் பல பாடல்களில் தம் அநுபவத் தைக் கொண்டு வழி காட்டுகிறார்.

சமுதாயமும் தனி மனிதனும்

மனிதன் தனியாக வாழ்வது இல்லை. அவன் சமுதா யத்தில் ஒருவனாக இருந்து வாழ்கிறான். சமுதாயம் என்பது பல மனிதர்களின் கூட்டம். தனி மனிதன் நல்ல வழியில் நடந்துகொண்டால் சமுதாயம் சிறப்பான வழியில் வாழும். முற்பிறவியில் செய்த புண்ணிய பாவங்களின் பயனாக ஒவ்வொரு மனிதனும் தனித்தனி மன இயல்பு உடையவனாக இருக்கிறான். சமுதாயம் என்பது தொகுதியாகப் பார்க்கும் போது ஒன்றாகத் தோன்றினாலும் ஒவ்வொரு மனிதனும் தனித்தனி நிலையில் இருக்கிறான். ஒருவன் கல்வி கற்றிருக்கிறான்; மற்றொருவன் செல்வம் பெற்றிருக்கிறான். ஒருவனுக்கு மக்கட் செல்வம் இருக்கிறது; வேறு ஒருவனுக்கு அது இருப்பது இல்லை. ஒருவன் வீட்டிலுள்ள குடும்பம் ஒற்றுமையாக வாழ்கிறது; வேறு வீட்டில் அப்படி இல்லை. மனைவியிடம் அன்பு உள்ளவனும், அன்பு இல்லாதவனும் அருகருகில் வாழ்கிறார்கள். உலகம் முழுவதும் இப்படி வேறுபாடான நிலையும், இயல்பும் கொண்டதுதான்.

ஈகையின் வகை

ஒவ்வொருவருக்கு ஒவ்வொரு குறை இருந்தால் அந்தக் குறையை அவரால் நீக்கிக்கொள்ள முடியாத போது அதனை நீக்குகின்ற ஆற்றல் உடையவர் அவருக்கு உதவி செய்யவேண்டும். பள்ளமும் மேடும் இருக்கிற இடத்தில் மேட்டிலுள்ள அதிக மண்ணைப் பள்ளத்தில் போட்டு நிரவினால் சமநிலம் ஆகிவிடும். அதுபோல் யார் யார் எந்தப் பொருளை நிரம்பப் பெற்றிருக்கிறார்களோ அவர்கள் அதைப் பெறாதவர்களுக்கு உதவி செய்யவேண்டும். இப்படி உதவி செய்வதுதான் அறம் என்று சொல்வார் கள். கையிலுள்ள பணத்தைக் கொடுப்பது மாத்திரம் ஈகை அன்று. கல்வியைக் கொடுப்பதும் ஈகை தான். தம் முடைய ஆற்றலைப் பிறருக்குப் பயன்படுத்துவதும் ஈகை தான். தொண்டு செய்வதும் ஒரு வகையில் ஈகையே ஆகும். இப்படித் தம்மிடம் இருக்கிற ஆற்றலையும், பொருளையும், கல்வியையும் பிறருக்குக் கொடுக்காமல் இருப்பது பாவம் என்று நம்முடைய பெரியவர்கள் கருதினார்கள். ஔவைப் பாட்டி,

“இயல்வது கரவேல்” என்று சொன்னாள்.

ஈயாமைக்குக் காரணம்

உலகில் பொருள் உடையவர்கள் பலர் இருக்கிறார்கள். அவர்களிடத்திலிருந்து பொருளைப் பெற்று நன்கு வாழ்வதற்குரிய நிலையில் உள்ளவர்களும் பலர் இருக்கிறார் கள். ஆனால் பொருள் உடையவன் பொருள் இல்லாத வனுக்கு ஈவது இல்லை. அதற்குக் காரணம் என்ன? பொருளை ஈட்டியவன் அந்தப் பொருள்

தன்னுடைய முயற்சியினால் ஈட்டப் பெற்றது என்ற எண்ணத்துடன் இருக்கிறான். தானே ஈட்டியதைத் தானே உரிமையுடன் அநுபவிக்க வேண்டுமென்று நினைக்கிறான்.

பற்றும் ஈகையும்

தன்னுடன் சார்ந்தவர்களுக்கு மாத்திரம் அதைக் கொடுக்கிறான். தன்னுடைய மனைவி மக்களுக்கு வேண்டியவற்றையெல்லாம் கொடுக்கிறான். சில மக்கள் தாம் உண்ணா விட்டாலும் தம்முடைய மனைவி மக்களுக்கு நிரம்ப அளிக் கிறார்கள். மனைவியும் மக்களும் அந்தப் பொருளை ஈட்ட வில்லை. ஈட்டியவன் அவன்தான். தான் ஈட்டியதைத் தானே அநுபவிக்க வேண்டுமென்று நினைக்கிற அவன், அந்தப் பொருளை ஈட்டுவதில் சிறிதும் பங்கு இல்லாத மனைவி மக்களும் அநுபவிக்கும்படி பயன்படுத்துகிறானே; இதற்குக் காரணம் என்ன? அந்த மனைவி மக்களால் தான் இன்பம் அடையலாம் என்ற நினைவு ஒரு காரணம். அவர் களுக்கும் அவனுக்கும் உள்ள தொடர்பு, அவ்வாறு உதவி செய்ய வேண்டுமென்ற நினைவை உண்டாக்குகிறது. இதுவும் ஒரு காரணம்.

தனக்குத் தானே இன்பம் பெறுகிற நிலை மனிதனுக்கு இல்லை. பிறரால்தான் இன்பம் வருகிறது, உலக இயலில். தனக்கு இன்பம் தருகிறவர்கள் தன் மனைவி மக்கள் என்று நினைந்து, தான் ஈட்டிய பொருளை அவர்களுக்குக் கொடுக் கிறான். உலகத்திலுள்ள சமுதாயம் அத்தனையும் நமக்கு இன்பம் தரும் என்ற நினைவு வந்தால் எல்லோருக்குமே தான் ஈட்டிய பொருளை வழங்குவான்.

தன்னுடைய மனைவி மக்கள் துன்பப்படும்போது பார்த்துக்கொண்டிருக்க எவனுக்கும் மனம் வருவது இல்லை. அவர்களுடைய துன்பத்தைத் தன்னுடைய துன்பமாக எண்ணுகிற இயல்பு இயற்கையாக அமைகிறது. அப்போது உள்ளம் கசிகிறது. அந்தக் கசிவு காரணமாக தன்னிடத்தி லுள்ள பொருளைப் பற்றிக்கொள்ளாமல் அவர்களுக்குப் பயன்படுத்தும் எண்ணமும் தோன்றுகிறது.

பற்றும் நெகிழ்ச்சியும்

தான் ஈட்டிய பொருளைப் பற்றிக்கொள்வது பற்று, தன்னைச் சார்ந்தவர்களுக்கும் கொடுக்க மூலமாக இருப்பது அன்பு. பற்று என்பது ஒருவகையான திண்மை. அன்பு என்பது ஒருவகையான நெகிழ்ச்சி. பணத்தைக் கையில் பற்றிக்கொள்வதைவிட மனத்தினால் பற்றிக்கொள்வது மனிதனிடத்திலுள்ள மிகவும் கொடிய செயல். நெகிழ்ச்சி இன்மையினால் மனம் பொருள்களைப் பற்றிக்கொள்கிறது. அதில் நெகிழ்ச்சி உண்டாகிவிட்டால் பொருள்களைப் பீற ருக்கும் பயன்படுத்தும் நிலை வரும்.

குழந்தையின் இயல்பு

குழந்தை மிகவும் பிடிவாதம் செய்து ஒரு பொம்மை யைப் பெற்றுக் கையில் இறுகப் பற்றிக் கொண்டிருக்கிறது. வேறு ஒரு குழந்தைக்கு அதைக் கொடுத்துவிடு என்று சொன்னால், கொடுக்காமல் வன்மையாகப் பற்றிக்கொள் கிறது. ஆனால் அந்தக் குழந்தை தூங்கத் தொடங்கினால் எவ்வளவு இறுகப்

பற்றிக்கொண்டிருந்தாலும் அந்தப் பொருளை நெகிழ விட்டுவிடுகிறது. அதுபோல் மனிதன் தன்னுடைய மனத்தில் நெகிழ்ச்சி இல்லாமல் கல்லைப் போன்ற வன்மையைப் பெற்றிருந்தால் நல்ல பொருள்களை எல்லாம் இறுகப் பற்றிக்கொள்ளும் தன்மை உடையவ னாக இருக்கிறான். அப்படியின்றி மனம் கசிவு பெற்ற தானால் பிறருக்கும் கொடுக்க வேண்டுமென்ற நினைவு உண்டாகிறது. பெரும்பாலான மக்களுக்குத் தம்முடைய மனைவி மக்கள் என்று ஓரளவு கசிவு இருக்கிறது. இந்தக் கசிவே விரிந்தால் அவரல்லாத பிறருக்கும் தம் முடைய பொருளைப் பயன்படுத்த வேண்டுமென்ற நினைவு ஏற்பட்டுவிடும்.

உள்ளக் கசிவு

ஆகவே மனிதன் பொருளை ஈட்டிக் கொண்டிருந்தால் மாத்திரம் போதாது. ஈட்டின பொருளைப் பிறருக்கும் கொடுக்கவேண்டுமென்ற நினைவு வேண்டும். அந்த நினைவுக்குக் காரணமாக இருப்பது உள்ளக் கசிவு. மனிதனுக்கு அத்தகைய கசிவு இப்போது ஓரளவு இருக்கிறது. தன்னைச் சார்ந்தவர்களுக்கு அதைக் கொடுக்கலாம் என்ற வகையில் அந்தக் கசிவு அவன் உள்ளத்தில் நிலவுகிறது. அது பின் னும் விரியவேண்டும்; பலருக்கும் கொடுக்கவேண்டுமென்ற எண்ணம் உண்டாகவேண்டும். அதற்கு வழி என்ன?

அருணகிரியார் கூறும் வழி

அருணகிரிநாத சுவாமிகள் வழி சொல்கிறார்; நெஞ் சம் கசிந்து தான் ஈட்டிய பொருளை எல்லோருக்கும்

கொடுக்க வேண்டுமென்ற நிலை வருவதற்கு மிகவும் அருமையான வழியை அவர் சொல்கிறார்.

உலகியல் வாழ்க்கையில் பொருளை நாம் அல்லவா முயன்று ஈட்டுகிறோம் என்று நினைத்தால், கசிவு ஏற்பட நியாயம் இல்லை. உலகத்தில் எத்தனையோ பணக்காரர்கள் இருக்கிறார்கள். அவர்கள் யாவருமே ஒரே வகையில் சிரமப் பட்டுப் பொருளை ஈட்டுகிறார்கள் என்று சொல்வதற் கில்லை. உண்மையைச் சொல்லப்போனால் அவர்களைக் காட்டிலும் மிக்க உழைப்பை மேற்கொள்கிற மக்கள் வறியவர்களாக இருக்கிறார்கள். கல்வி ஆற்றல் உடையவர் கள் பொருள் உடையவர்களாக இருக்கிறார்கள் என்று சொல்வதற்கில்லை. ஒரேவகையில் திட்டமிட்டு ஒரே முறை யில் இரண்டு பேர்கள் உழைத்து வருகிறார்கள்; வியாபாரம் செய்து வருகிறார்கள். ஆனால் இருவருக்கும் ஒரே வகையில் பொருள் கிடைக்கிறதா? ஒருவன் சிறந்த சிறந்த செல்வனாக இருக்க, மற்றொருவன் கையிலுள்ளதையும் இழந்து வறியவ னாகப் போகிறான். நினைத்ததை நினைத்தபடியே திட்டமாக ஈட்டுகிற வாய்ப்பு,பொருள் முயற்சியில் கிடைப்பது இல்லை. கணக்கும் முறையும் தெரிந்தால் பொருளை அடையலாம் என்றால், எல்லோருமே பொருளை ஈட்டிவிடுவார்கள். நம் முடைய அறிவுக்கு எட்டாத ஒன்று இந்தப் பொருளை ஈட்டுவதற்குத் துணையாக இருக்கிறது. முன்னை வினைப் பயத்தினால் பொருள் குவிகின்றது, அழிகின்றது என்று பெரியவர்கள் சொல்வார்கள்.

ஆகவே, நாம் ஈட்டிய பொருள் நம்முடைய முயற்சி யால் வந்தது என்று நினைப்பதே தவறு. நம்முடைய ஆற்றல் நமக்கு உதவுகிறதென்று எண்ணுவதும் தவறு. நம்மையெல்லாம் கருவியாக்கி ஏதோ ஓர் ஆற்றல் இயக்குகிறதென்ற நினைவு வந்தால், இந்தப் பொருள் நாம் ஈட்டியது அன்று என்ற நினைவும் உண்டாகும். எல்லாம் இறைவன் திருவருளால் வந்தது என்ற நினைவு வர வேண்டும். உலகிலுள்ள எல்லாப் பொருளையும் ஆட்டி வைத்து, அவரவர்களுடைய புண்ணிய பாவப் பயன்களுக்கு ஏற்ற அநுபவத்தைக் கூட்டி வைத்து, அருள் செய்கிற பரம்பொருள் ஒன்று உண்டு என்ற நினைவு வந்தால் நம் முடைய நெஞ்சம் கசியும். பரம்பொருளின் நினைவை உடையவர்கள் அதற்கு முன்பு எவ்வளவு கடுமையான நெஞ்சு உடையவர்களாக இருந்தாலும், இறை அன்பு முதிர முதிர அவர்கள் நெஞ்சு நெகிழும். உண்மையான அன்பு உடையவர்களுக்கு நெஞ்சம் நெகிழும்.

மாம்பழம்

மாமரத்தில் மாங்காய் இருக்கிறது. அது பார்க்கப் பச்சையாக இருக்கிறது. தொட்டால் கடினமாக இருக் கிறது. அதன் சுவையோ புளிப்பு. மரத்திலிருந்து அதைப் பறித்தால் பால் வருகிறது. மரத்தினின்றும் பிரிவதற்கு மனம் இல்லாமல் காய் கண்ணீர் வடிப்பதுபோல அந்தப் பால் வடிகிறது. அந்தக் காய் முதிர்ந்து பழுக்கும்போது என்ன ஆகிறது? அப்போது அதனிடத்தில் ஒரு மாற்றம் நிகழ்கிறது. பசுமை நிறம் மாறி மஞ்சள் நிறம் உண்டாகிறது. கடுமை மாறி நெகிழ்ச்சி ஏற்படுகிறது.

புளிப்பு மாறி இனிப்பு உண்டாகிறது. நாம் வேண்டினாலும் வேண்டாவிட்டாலும் மரத்திலுள்ள பிடிப்பு மாறி அது தானே உதிர்ந்துவிடுகிறது.

அன்பினால் நெகிழ்ச்சி

தன்பால் உள்ள பொருள்களை எல்லாம் தன்னுடை யன என்று பற்றிக்கொண்டு, தன்னுடைய முயற்சியால் எல்லாவற்றையும் சேமித்ததாக எண்ணி இறுக்கிப் பிடித்துக் கொண்டிருக்கும் மனிதனுக்கு இறைவன்பால் அன்பு உண்டானால் இத்தகைய மாற்றம் நிகழும். அவனுடைய உள்ளம் ஆருயிர் எல்லாவற்றிலும் அன்பு உடையதாகும். அதன் பயனாக உலகியற் பொருள்களி லுள்ள பற்று மெல்ல மெல்ல நழுவும். தன்னிடத்தி லுள்ள பொருள்களால் எல்லோருக்கும் பயன் உண்டாக வேண்டுமென்ற விரிந்த மனோபாவம் ஏற்படும்.

பக்தியும் உயிர்க் கருணையும்

பக்தி உடையவர்கள் இறைவனுடைய பேரருளை நினைப்பவர்களாதலின் கசிவோடு பிறருடைய துன்பத்தை நினைந்து நெகிழ்கிறார்கள். உண்மையான பக்திக்கு உயிர்க் கருணை சிறந்த அடையாளம். ஜீவ தயை இல்லாதவர்கள் இறைவனிடம் பக்தி உள்ளவர்களாக இருக்க முடியாது. விடியற்காலையில் எழுந்து நீராடித் திருநீறு அணிந்து கொண்டு, ருத்திராட்சம் தரித்து, சிவபூசையை விரிவாகச் செய்து, தேவார திருவாசகங்களை ஓதிக் கண்ணீர் விடுகிறவன், தன் வீட்டுக்கு வெளியில் வந்து நின்ற ஏழைகளைக் கோபிப்பானானால் அவன் விட்ட கண்ணீர்

பொய்யென்று வைத்துக்கொள்ள வேண்டும். அவர்களை நினைந்தே பட்டினத்தார்,

"அழும் கள்ளர்,தொழும் கள்ளர்,
ஆசாரக் கள்ளர்"

என்று பாடினார். உண்மையாக இறைவன் அன்பு நெஞ்சில் இருக்குமானால் அந்த நெஞ்சு உருகும்; இறைவன் அன்பினால் உருகும். உருகுவதற்கு முன் நெகிழ வேண்டும். அது முதல் நிலை.

நெகிழ்தலும் உருகுதலும்

தன்னுடைய குற்றங்களையும், இறைவனுடைய திருவருளைப் பெறாமல் இருக்கும் இழிந்த நிலையையும் நினைந்து நினைந்து நெஞ்சம் நெகிழவேண்டும். பின்பு இறைவனது பெருமையையும் கருணையையும் எண்ணி உருகவேண்டும். நெகிழ்வது,உருகுவது இரண்டும் இருவேறு நிலை.

"நெஞ்சக் கனகல்லு நெகிழ்ந்து உருக"

என்று அருணகிரியார் அநுபூதியில் பாடுவார். உருகின இடத்தில் இறுகுகிற தொழில் இராது. நெய் உ ஓடினால் எந்தப் பொருளும் அதில் சிக்காது. உருகிய நீர் பனிக்கட்டியாகும்போது அந்த நீரிலுள்ள பொருள்கள் பனிக்கட்டிக்குள் சிக்கிவிடும். மறுபடியும் உருகும்போது சிக்கிய பொருள்கள் எல்லாம் விடுதலை பெறும். தேக அபிமானத்தால் இறுகிப்போன நெஞ்சில் உலகப் பொருள்கள் எல்லாம் சிக்கிக் கிடக்கின்றன.

இறைவனுடைய திருவருட் பிரகாசத்தினால் நெஞ்சம் உருகும்போது அதில் சிக்கிக்கொண்டிருக்கிற பொருள்கள் எல்லாம் விடுபடுகின்றன.

இவை என்னுடைய பொருள் என்ற மமகாரம் மாறிவிடுகிறது. பொருள்களிடத்தில் ஆசையும், அவற்றை இறுக்கிப் பிடித்துக்கொள்ள வேண்டுமென்ற பற்றும், பிறருக்குக் கொடுக்கக் கூடாதென்ற எண்ணமும் உண்டா வதற்கு மூலகாரணம் நெஞ்சிலுள்ள இறுக்கந்தான். இறைவனுடைய தன்மையை நினையாமல் தன்னுடைய சிறுமையையும் நினையாமல் பொருளை மாத்திரம் நினைத்துக் கொண்டிருக்கிறவனுக்கு இத்தகைய இறுக்கம் இருக்கும். அது மாறி நெஞ்சு கசிந்தால் பொருள்களின்பாலுள்ள பற்றுத் தானே மாறிவிடும்.

உலகியல் அநுபவம்

உலகியல் அநுபவத்தில் இத்தகைய காட்சி ஒன்றைப் பார்க்கிறோம். பல காலமாகப் பணத்தை ஈட்டிப் பிறருக்குக் கொடுக்காமல் உலோபியாக ஒருவன் இருக்கிறான். அவனுக்கு ஒருத்தியிடம் காதல் உண்டாகிறது. நிலையான காதல் அன்று, ஆனாலும் அவன் மனம் அந்தக் காதலில் முறுகி நிற்கிறது. அதைக் காதல் என்று சொல்வதைவிடக் காமம் என்று சொல்வது பொருத்தம். காமியாகப் போன அவன் அதற்கு முன்பு எச்சில் கையினால் காக்கையை ஓட்டாமல் இருந்திருப்பான். ஆனால் பெண்ணாசை உண்டான பிறகு தான் பற்றிக்கொண்டிருந்த பொருளில் அபிமானம் போய்த் தாராளமாகச் செலவழிக்க ஆரம்பிப்பான். சூதில் நாட்டமுடையவனும் பொருளில் பற்றுக் கொள்ளாமல்

அதனைச் செலவழிப்பான். பொருளில் பற்றுக்கொள்ளாமல் செலவழிப்பதனால் அவர்களை நல்லவர்கள் என்று சொல்ல லாமா? ஒரு தீமை போய் மற்றொரு தீமை அவர்கள் நெஞ்சில் இடம் கொள்கிறது. அவர்களுடைய நெஞ்சம் காமத் தினால் உருகுகிறது; சூதினால் உருகுகிறது. எப்படியோ அந்த உருக்கம் ஏற்பட்டதனால் அங்கே இறுகிப் பற்றிக் கொண்டிருந்த பொருள் விடுதலை பெறுகிறது.

இவ்வாறு உலக அநுபவத்தில், இத்தகைய கசிவு ஏற் பட்டாலே மனத்தில் பற்றிவிட்ட பொருளைப் பிறருக்கு உதவும் இயல்பு உண்டாகிறதென்பதை அறிகிறோம். அந்தக் கசிவு நெடுநாள் இருப்பதாக, நல்ல பயனைத் தருவ தாக. உண்மைத் தன்மை உடையதாக இருந்தால் பொருள் நல்ல வழியில், ஈகையில் செலவாகும்.

கசிவு உண்டாக வழி

அந்தக் கசிவு உண்டாவதற்கான வழியை அருணகிரி யார் சொல்லித் தருகிறார்.

வேடிச்சி கொங்கை விரும்பும் குமரனை
மெய்அன்பினால்
பாடிக் கசிந்துள்ள போதே கொடாதவர்
பாதகத்தால்
தேடிப் புதைத்துத் திருட்டில் கொடுத்துத்
திகைத்திளைத்து
வாடிக் கிலேசித்து வாழ்நாளை வீணுக்கு
மாய்ப்பவரே.

முருகப்பெருமானைப் பாடி நெஞ்சம் கசியவேண்டு மென்று சொல்கிறார். இங்கே முருகப்பெருமானை, வேடிச்சி கொங்கை விரும்பும் குமரன்' என்கிறார். இறை வன் பெரிய செல்வன். அருள் என்னும் செல்வத்தை அவன் படைத்திருக்கிறான். மனிதன் பிற உயிரைக் கண்டு இரங்கும் இரக்கம் ஆகிய அருள் அவன் படைத்திருக்கும் பெரிய பொருளைவிடச் சிறந்தது என்று பெரியவர்கள் சொல்வார்கள்.

"அருட்செல்வம் செல்வத்துட் செல்வம்;
பொருட்செல்வம்
பூரியார் கண்ணும் உள"

என்பது திருவள்ளுவர் வாக்கு. நம்முடைய சிறிய கருணையே பெரிய செல்வம். ஆனால் இறைவனுடையது பெரும் கருணை. அவன் எத்தனை பெரிய செல்வனாக வேண்டும்!

முருகனிடம் உள்ள செல்வம்

அந்தச் செல்வம் உடையவனாகிய முருகப்பெருமான் அதை எப்போதும் தன்னிடத்தில் வைத்துக்கொள்ள வேண்டுமென்று விரும்பவில்லை. அதை யாருக்காவது கொடுக்க வேண்டுமென்றே ஒவ்வொரு கணமும் ஆசை கொண்டிருக்கிறான். அருள் என்னும் சுமையைச் சுமந்து கொண்டு அதனை எங்கே இறக்கலாம் என்று காத்துக் கொண்டிருக்கிறான். அந்த அருட் செல்வம் கொடுக்கக் கொடுக்கக் குறையாதது. அநாதி காலமாக எண்ணத் தொலையா ஆருயிர்களுக்கு அருளை வழங்கி வழங்கி

வந் திருந்தாலும் இன்னும் அது வற்றாமல் இருக்கிறது. அது எப்போதும் வற்றாத சமுத்திரம்.

ஈதலின் வகை

பொருள் உள்ளவன் அதைப் பிறருக்கு ஈவதில் பல வகை உண்டு. அடுத்து அடுத்துக் கேட்கும் ஒருவனுக்கு ஈவீது ஒரு வகை. ஒரு முறை கொடுத்தால் இன்னொரு முறை கொடுக்காதிருப்பது மற்றொரு வகை.

யார் குறை உடையவனோ அவன் நேரே சொல்லாமல் அவனுக்கு வேண் டியவர்கள் சொல்லப் பொருளைத் தருவது ஒரு வகை. அவனுக்கு இது வேண்டுமென்று தானாகவே உணர்ந்து கொண்டு வலிந்து கொடுப்பது ஒருவகை. இந்த நான்கு வகையிலும் மிகச் சிறந்த ஈகை, பிறருடைய துன்பத்தைக் குறிப்பால் அறிந்து தானே வலியச் சென்று ஈவதுதான். பலமுறை கேட்டுக் கொடுத்தால் அது அவன் பலமுறை வருவதற்குக் கூலி கொடுப்பது போல ஆகும். ஒருவனுடைய வறுமையைக் குறிப்பினால் அறிந்து, இறைவன் திருவருள் நம்மிடத்தில் பொருளை வைத்திருக் றது. வேண்டியவர்களுக்கு வழங்குவதற்காகவே அது இருக்கிறது" என்று உணர்ந்து கொடுக்க முன்வருகிறவன் சிறந்த வள்ளல்.

இறைவன் எல்லோரினும் சிறந்த வள்ளலாக இருக் கிறான். அவனிடத்தில் உள்ள அருட்செல்வம் பிறருக்குப் பயன்படுவதற்காகவே அமைந்தது. அருட்செல்வம் பெறா தவர்கள் அதனை யாசிக்காமல் இருக்கும்போது தானே வந்து தடுத்தாட்கொண்டு அதனை அவர்களுக்கு வழங்கு கிறவன் இறைவன். இந்த அற்புதமான பெரும்

கருணையை முருகப் பெருமான் தன்னுடைய செயலினால் காட்டினான்.

வள்ளியின் நிலை

வேடர் குலத்தில் பிறக்காதவளாக இருந்தும் அங்கே வளர்ந்தமையினால் அதுவே தனக்கு இயல்பான இடம் என்று கருதி, தன் நிலையை மறந்து வாழ்ந்தாள் வேடிச்சியா கிய வள்ளி. சத்துவ குணம் நிறைந்த மானுக்கும், ஞானீம் நிரம்பிய முனிவருக்கும் குழந்தையாகப் பிறந்த பெரு மாட்டி இறைவனோடு வாழ்வதுதான் இயற்கை. அப்படிச் செய்யாமல் மாயைப் பெருங்காட்டில், இரக்கமற்ற மனித மரங்கள் வாழ்கிற இடத்தில், ஐந்து புலன்களாகிய வேடர் களுக்கு நடுவில், ஆணவம் என்னும் யானைகள் உலாவுகிற சூழ்நிலையில், சிற்றின்பம் ஆகிய தினையைப் பாதுகாத்துக் கொண்டு, இதுவே தன் வாழ்வின் பணி என்று எண்ணி வாழ்ந்தாள். ஆனாலும் வேட்டுவர் குலத்தோடு வாழ்ந்த பழக்கத்தால் குறிஞ்சிநிலத் தெய்வமாகிய முருகப்பெருமா னிடத்தில் ஒருவகை அன்பு இருந்தது. அது மிகச் சிறிய வித்தாக இருந்தது. அது வளர்ச்சிபெற வேண்டுமென்று அவள் நினைக்கவில்லை. பரம கருணாநிதியாகிய முருகப் பெருமான் அதனை வளர்ச்சி அடையச் செய்ய வேண்டு மென்று எண்ணினான்.

ஓடியாடும் குழந்தையைத் தாய் சில சமயங்களில் கையைப்பிடித்து அழைத்துக்கொண்டு செல்வாள். இல்லா விட்டால் தான் முன்போக அது பின் தொடரச் செய்வாள். ஆனால் முடமான குழந்தையைத் தன் ஒக்கலில் எடுத்துக் கொள்வாள். தன் நிலை மறந்து தாழ்ந்திருந்த வள்ளியெம் பெருமாட்டியைத் தானே

வலிய ஆட்கொள்ள வேண்டும் என்று எண்ணினான் முருகன். தன்னுடைய அருளை ஏழை களிடத்தில் வலியச் சென்று கொடுப்பவன் அவன். அப் படியே வள்ளியிடம் தானே சென்றான். அந்தச் செயல் அவனிடத்தில் பெண் மயலால் உண்டாகவில்லை. அது கருணையினால் உண்டாகியது; அவனது பெரிய வள்ளன் மையைக் காட்டியது. இந்திரியங்களுக்கு அப்பாற்பட்ட பரப்பிரம்மம் ஆகிய அவன் காமத்தால் துன்புற்றான் என்று சொல்வது முறையன்று. அவன் அருளை வழங்கும் முறை பல்வேறு. விசித்திர வகை யாக அமையும். அப்படி உள்ள வகைகளில் ஒன்று, வள்ளி யெம்பெருமாட்டியை நாடி, அவளிடம் காதல் கொண்டவனைப்போல நடித்து, அவளைத் தன்னிடத்தில் ஒன்றுபடுத்திக் கொண்ட திருவிளையாடல்.

அருளை வழங்கல்

முருகன் தன் அருட் செல்வத்தை வேடிச்சியாக வளர்ந்த வள்ளியெம்பெருமாட்டியை நாடிச் சென்று வழங் கினான். அவன் ஈகையில் சிறந்தவன். அவன் கொடுத்த செல்வம் எல்லாவற்றிலும் சிறந்தது. மிகப் பெரிய செல் வத்தை, மிகப் பெரிய அருளோடு, மிகப் பெரிய ஈகையாக, மிகப் பெரியவனாகிய ஆண்டவன் வழங்கினான். அவனை நினைந்தால் நம்முடைய உள்ளம் கசியும்.

உள்ளத்தில் அவன் நினைப்பு அழுந்துவதற்குப் பல வகையான சாதனங்கள் இருக்கின்றன. அவற்றில் ஒன்று அவன் புகழைப் பாடுதல். தன்னை மறந்து வாழ்ந்திருந்த குறமகளைத் தடுத்தாட்கொள்வதற்காகத் தானே சென்று

அருளை வழங்கிய முருகப்பெருமானைப் பாடவேண்டும். பாடினால் உள்ளம் கசியும். அப்படிக் கசிந்தால் தன்னிடம் உள்ள பொருளைப் பிறருக்குக் கொடுக்க வேண்டுமென்ற எண்ணம் உண்டாகும். முதலில் பொருளிலுள்ள பற்று அறவேண்டும். பின்பு பொருளைப் பிறருக்கு ஈயும் செயல் நிகழ வேண்டும்.

வேடிச்சி கொங்கை விரும்பும் குமரனை மெய்
அன்பினால் பாடிக் கசிந்து.

அன்பினால் பாடுதல்

இறைவனைப் பாடுவதில் இரண்டுவகை உண்டு. பிற ருடைய காது கேட்கப் பாடுவது, பிறர் மெச்சப் பாடுவது ஒரு வகை. உள்ளன்பினால் பாடுவது மற்றொரு வகை. நாடகத்தில் நோயாளியாக நடிக்கிறவன் டாக்டராக நடிக் கிறவனிடத்தில் நோயைத் தீர்க்க வேண்டுமென்று பரி தாபத்தோடு கெஞ்சுகிறான். உண்மையாகவே நோய் பெற்ற ஒருவனும் உண்மை மருத்துவனிடத்தில் அப்படியே கெஞ்சுகிறான். தோற்றத்தில் இரண்டு செயல்களும் ஒன்றுபோல இருந்தாலும் உண்மையாகக் கெஞ்சுகிறவன் உண்மையான நோயாளியே, உலக இயலில் இறைவனி டம் அன்பு செய்கிற வகையிலும்கூட இப்படிப் போலிகள் இருக்கிறார்கள். இறைவனை அவர்கள் பாடினவுடன் அவர்களுக்கு இன்பம் கிடைப்பது இல்லை. காரணம் அந்தப் பாட்டுக்கு மூலம் உண்மை அன்பாக இருப்ப தில்லை. பாடினவுடன் நெஞ்சம் கசியவேண்டுமானால் உள்ளன் போடு பாடவேண்டும். நெஞ்சம் எங்கும் ஓடாமல் பாடினால் அந்தப் பாட்டு நெஞ்சிலே பதிந்து நிற்கும். நெடுநாள் பிரிந் திருந்த தாயைக் கண்டு குழந்தை அம்மா

என்று ஓடுகிறது. அந்த அம்மா என்ற சொல்லுக்கு அகராதியில் உள்ள பொருள் பொருள் அன்று. மற்றவர்கள் நினைக்கிற பொரு ளும் அதற்கு இல்லை. பலகாலம் பிரிந்திருந்த உணர்ச்சியை எல்லாம் சேர்த்து வெளிப்படுத்தும் சொல் அது. அந்த உள்ளத்தில் இருக்கிற பெரிய பிரிவுத்துயரமே அதற்குப் பொருள். அப்படி இறைவனிடத்தில் முறுகிய அன்பு உடையவர்கள் அவனைப் பாடினால் அந்தப் பாட்டு வெறும் சொல்லாக மாத்திரம் இராது. இறைவனுடைய புகழாக மாத்திரம் இராது. அவன் உள்ளத்தின் தாபமே, உள் ளத்தில் தோன்றிய உணர்ச்சிப் பொங்கலே அவ்வாறு வெளிவரும்; அது உருக்கத்தோடு வரும். அதனால்,

மெய்யன்பினால் பாடிக் கசிந்து

என்று சொன்னார்.

உள்ள போதே

மற்றொன்று சொல்கிறார். "உள்ளபோதே கொடாத வர்' என்று சொல்கிறார். கொடுக்க வேண்டும் என்ற மனம் பலருக்கு இருப்பது உண்டு. யாராவது ஒருவர் தர்மத்தைச் செய்தால், ‘‘என்னிடம் பணம் இருந்தால் நானும் அப்படியே கொடுப்பேன்’’ என்று சிலர் சொல்வது உண்டு. ஆனால் அவர்களிடம் பணம் வரும்போது கொடுக்க மனம் வராது. இது ஒரு வகை மாயை. கொடுக்க வேண்டுமென்ற மனம் உடையவனுக்கு அந்த எண்ணம் அழுத்தமாக இருக்கவேண்டும். அதனால் தான் ஔவைப் பாட்டி, 'அறம் செய விரும்பு" என்று சொன்னாள். கொடுப்பதற்கு விருப்பம் அதிகமானால் எப்போது கொடுப்பதற்குரிய பொருள் வரும் என்று

எதிர்பார்த்திருப்பான். பசி உடை யவன் எப்போது சோறு வந்தாலும் சாப்பிடமாட்டானா? வேளைக்குச் சோறு சாப்பிடுவது என்பது பசி இல்லாதவர் கள் செயல். பசி உடையவனுக்கு வேளை இல்லை; உணவு கிடைத்த அந்தக் கணமே அவன் உண்பான். மிகவும் அலுத்துப்போனவனுக்கு இரவு வந்தால்தான் தூக்கம் வரும் என்பது இல்லை. அலுப்பு முறுகினபோது தூக்கம் வந்துவிடும். அப்படியே உள்ளத்தில் அறம் செய்ய வேண்டு மென்ற நினைப்பு உள்ளவன் எப்போது எந்தப் பொருள் கையில் கிடைத்தாலும் அதனைப் பிறருக்கு வழங்க முற் படுவான். அவனுடைய நெஞ்சில் கசிவு ஏற்பட்டுப் பொரு ளும் வசதியாகக் கிடைக்குமானால் அதை உள்ளபோதே கொடுத்து விடுவான்.

சிலருக்குச் சில சமயங்களில் கொடுக்க வேண்டு மென்ற நினைவு உண்டாகிறது. கொடுப்பதற்குரிய பொருள் வந்தாலோ அந்த நினைவு போய் அந்தப் பொரு ளின்மீது பற்று உண்டாகிறது. பத்து ரூபாய் கொடுக்க வேண்டுமென்ற நினைவு தோன்றும்போது கொடுத்துவிட வேண்டும். அடுத்த கணமே பத்து ரூபாய் ஐந்து ரூபாயாக ஆகிவிடும். பின்பு மெல்ல மெல்ல, 'இப்போது அவசியம் இல்லை' என்ற நினைவு தோன்றும். இது மனித மனத்தின் இயற்கை; எப்போது நெஞ்சில் கொடுக்க வேண்டுமென்ற எண்ணம் தோன்றுகிறதோ அப்போதே கையில் பொருள் இருந்தால் உடனே கொடுத்துவிட வேண்டும்.

உள்ளபோதே கொடாதவர்

என்று அருணகிரிநாதர் சொன்னார். உள்ளபோதே கொடாதவன் பின்பு கொடுக்கமாட்டான். அருணகிரி

நாதர் பல பாடல்களில் எதிர்மறை வாயிலாகத் தம்முடைய கருத்தைச் சொல்வது உண்டு. கசிவு உள்ளபோது கொடுக்கவேண்டும் என்ற உண்மையைத்தான் அப்படிக் கொடாதவர் பெறுகின்ற துன்பத்தைச் சொல்லும் வாயி லாக நமக்கு அறிவுறுத்துகிறார்.

ஈயாதவர் அடையும் துன்பம்

தன்னுடைய அருளை வலிந்து சென்று வள்ளியெம் பெருமாட்டிக்கு ஈந்த முருகப்பெருமானை எண்ணி, அவன் புகழைப் பாடி, நெஞ்சம் கசியவேண்டும். கசிந்த உள்ளத் தோடு பொருளிலே பற்றுக்கொள்ளாமல், பொருள் இருக்கும்போது பிறருக்கு ஈயவேண்டும். அப்படி ஈயாத வர்கள் இன்ன இன்ன துன்பத்தை அடைவார்கள் என்று சொல்கிறார்.

அவர் சொல்வது உலக இயல்போடு ஒத்ததாக இருக் கிறது.

பணத்தினிடத்தில் இறுக்கமான பற்று உள்ளவர்கள் அந்தப் பணம் முழுமையும் அனுபவிக்கிறார்கள் என்று சொல்வதற்கில்லை. பழங்காலத்தில் பணத்தைப் பாதுகாப்பதற்குப் பாங்குகள் இல்லை. பிறரிடம் கொடுத்து வைப்பதற்கோ நம்பிக்கை இராது. அதனால் பணத்தைப் பூமியில் புதைத்து வைப்பார்கள். பிறருடைய கண்ணுக்குத் தெரியாமல் தாம் வேண்டிய போது எடுத்துக்கொள்ள வேண்டுமென்று மண்ணிலே புதைப்பது பழையகால வழக் கம். பல இடங்களில் புதையல் கிடைத்தது என்று சொல் கிறார்கள். புதையல் யாருக்குக் கிடைக்கிறதோ அவன் அதிருஷ்டசாலி

என்றும் நினைக்கிறார்கள். உண்மையில் ஒருவனுக்குப் புதையல் கிடைத்தால் கிடைத்தவனுடைய அதிருஷ்டத்தை நினைப்பதைக் காட்டிலும் அதைப் புதைத் தவனுடைய துரதிருஷ்டத்தை நினைக்கவேண்டும். தன் னிடம் பொருள் உள்ள போதே கொடுக்காமல், பிறருக் குத் தெரியாமல் புதைத்து வைத்த மனிதன் அதைத் தான் பயன்படுத்திக் கொள்ளாமல் போய்விடுகிறான்; அதனால் இப்போது வேறு ஒருவனுக்கு அது கிடைக்கிறது.

புதைத்து வைக்கிறவர்கள் திருட்டில் கொடுத்து விடு கிறார்கள் என்று அருணகிரியார் சொல்கிறார். பிறன் ஒருவன் ஈட்டிய பொருளை அவன் அறியாமல் கொள்வது திருட்டு. தான் சேகரிக்காத பொருளைப் பயன்படுத்து வதும் ஒரு வகைத் திருட்டு. தன் தேவைக்கு மிகுதியான பொருளைப் பயன்படுத்துவது மற்றொரு வகைத் திருட்டு. இதை அடிக்கடி மகாத்மா காந்தி அடிகள் சொல்வார்கள்.

இறைவனை நினைந்து கசிந்து பிறருக்கு ஈயும் இயல்பு இல்லாதவர்கள் மேலும் மேலும் பணத்தை ஈட்டுகிறார் கள். அந்தக் கசிவு இருப்பதற்கு இறைவனுடைய திரு வருள் நினைவு வேண்டும். முன்னை வினைப்பயன் அதற்கு இடம் கொடுப்பது இல்லை. அவர்கள் முன்செய்த பாதகத் தினால் இப்போது பொருளைப் பிறருக்குக் கொடுக்காமல் குவிக்கிறார்கள். தேடியதை யாரிடத்தும் நம்பிக்கை இல் லாமையால் புதைக்கிறார்கள். அந்தப் புதையலைத் தம் முடைய காலத்திலேயே பிறர் மறைவாக எடுத்துக் கொண்டு செல்ல அதனால் ஏமாந்து போகிறவர்கள் உண்டு. அவர்கள் தம்முடைய வாழ்நாளில் பயன்படுத்திக்

கொள்ள முடியாமல் இறந்து போகப் பிறகு யாரோ ஒருவர் அதை எடுத்துக் கொள்வதும் உண்டு.

திருட்டில் கொடுத்தல்

தாம் ஈட்டியதை இப்படிப் புதைத்து வைத்துவிட்டு மீண்டும் ஒருநாள் புதையலைப் பிரித்துப் பார்க்கும்போது திருட்டில் கிடைக்காமல் திண்டாடியவர்கள் பலர். கொடுத்த பிறகு அவர்களுக்கு உண்டாகிற திகைப்புக்கு அளவே யில்லை. மனத்தில் கவலை மிகுதியாகிறது. அதனால் அவர்கள் உடம்பு இளைத்துப் போகிறது. "ஐயோ! போய் விட்டதே!" என்று வாடிச் சாகிறார்கள்.

அவர்கள் அறிவு உடையவர்களாக இருந்தால் ஒரு முறை திருட்டில் கொடுத்த பிறகு இனி இப்படிச் செய்யக் கூடாது என்று நினைக்கவேண்டும். 'போனது போகட்டும். இனியாவது நாம் ஈட்டிய பொருளைப் பிறருக்குக் கொடுக்க வேண்டும்' என்ற அறிவு வேண்டும். பொருளிடத்தில் உள்ள பற்று அப்படிச் செய்ய இடம் கொடுப்பது இல்லை. ஒருமுறை திருட்டில் கொடுத்துவிட்டால் அதனையே நினைந்து ஏங்கி வாழ்நாள் முழுவதும் துயரத்தில் இளைத்துச் சாம்புகிறார்கள். பணத்தை ஈட்டியது சில காலம். அதனை இழந்ததால் உண்டாகிற துன்பமோ எஞ்சியிருக்கிற வாழ் நாள் முழுவதும் நின்று வாட்டுகிறது. என்னுடைய அநுபவத்தில், பணம் போய்விட்டதே என்ற கவலையினால் தம் உயிரையே விட்டவர் சிலரை அறிந்திருக்கிறேன். இது தான் வாழ்வின் பயன்போலும்!

ஈயாரும் ஈக்களும்

"ஈயார் தேட்டைத் தீயார் கொள்வர்'' என்பது கொன்றை வேந்தன். 'தம்மிடத்தில் பொருள் இருக்கும் போது அதை வறியவர்களுக்கு ஈயாமல் பாதுகாத்துக் கொண்டிருந்தால், அவர்கள் தேடிய அந்தப் பொருளைத் தீயவர்கள் வலிந்து கைப்பற்றிக்கொள்வார்கள்' என்பது இதன் பொருள்.

மனசோடு பிறருக்கு ஈந்தால் ஈபவனுக்கும் இன்பம்; பெறுபவனுக்கும் இன்பம். அப்படி இன்றி ஈயாமல் புதைத்து வைத்தால் அப்படி வைத்தவர்களுக்கும் பழி; பிறர் பொருளைப் பற்றிக் கொள்பவர்களுக்கும் பழி. ஈயாதவர்களால் இருமருங்கும் பழி உண்டாகிறது.

இந்த அடிக்கு மற்றொரு பொருளும் உண்டு. ஈயார் என்பது பரிகாசமாக ஈக்களைக் குறிக்கும் சொல். ஈக்கள் பல இடங்களுக்குப் பறந்து சென்று மலர்களை நாடி அவற்றிலுள்ள தேனைத் தேடிக் கொணர்ந்து தேன் அடை வைக்கின்றன. அவற்றின் தேட்டுத்தான் தேன். தேட்டு-தேடிவைத்தது, மலைப்பக்கங்களில் பாறைகளில் பெரிய பெரிய தேனடைகள் சாரிசாரியாக இருக்கும். அவற்றை மக்கள் எடுத்துத் தேனைப் பிழிந்து தொகுத்துப் பயன்படுத்திக் கொள்கிறார்கள். எவ்வாறு தேனை எடுக் கிறார்கள்,தெரியுமா? தீப் பந்தங்களைக் கொண்டு சென்று ஈக்களைக் கொளுத்துவார்கள்; தேனடைக்குக் கீழே பெருந் தீயை மூட்டி எரிய விடுவார்கள். அதனால் ஈக்கள் தேனடையை விட்டு ஓடிவிடும்; பல இறந்து போகும். பிறகு தேனடையை எடுத்துக் கொள்வார்கள். ஈக்கள் தேடித் தொகுத்த தேனாகிய தேட்டைத் தீயை உடையவர் களாகிய மக்கள் கொள்கிறார்கள். 'ஈயார் தேட்டைத் தீயார்

கொள்வர்' என்பதற்கு இப்படியும் ஒருபொருள் கொள்ளலாம்.

இந்த இரண்டு வகையான கருத்தையும் ஒன்றுக்கு ஒன்று உவமையாக வைத்து நாலடியாரில் ஒரு பாட்டுச் சொல்கிறது. "தாம் ஈட்டிய பொருளைக் கொண்டு சிலர் நல்ல உடையை அணிவதில்லை. வயிறாரச் சாப்பிடுவதில்லை அவற்றால் பொருள் குறைந்துவிடும் என்று எண்ணுவார்கள். போதிய அளவுக்கு உணவு கொள்ளாமையால் அவர்கள் உடல் நலியும். அவர்கள் வாயைக் கட்டி வயிற்றைக் கட்டித் தம்மைத் தாமே நலிந்துகொள்வார்கள். பொருள் நிலையாக நில்லாமல் போய்விடும். அதனால் செய்யும் அறம் கெடாது. இதனை அறிந்து பொருளைக் கொண்டு நல்ல அறங்களையும் செய்யமாட்டார்கள். யாருக்கும் கொடுக்காமல் இப்படி ஈட்டிய பொருளையெல்லாம் தாமே வைத்துக்கொண்டு பணங்காத்த பூதமாக இருப்பவர்கள் கடைசியில் அந்தப் பொருளை இழந்துவிடுவார்கள். இது உலக இயல்பு. இதற்கு உவமை வேண்டுமா? வானளவும் ஓங்கியிருக்கும் மலைநாடனே, உனக்குத் தெரிந்ததையே சொல்கிறேன். மலைச் சாரல்களில் தேனைக் கொண்டுவந்து பெரிய பெரிய தேனடைகளை வைக்கும் தேனீக்களே சாட்சி. அந்தத் தேனடைகளை மக்கள் எடுத்துக்கொள் கிறார்கள். தேனீக்கள் தேனை இழப்பதோடு தம் உயிரையே இழந்துவிடுகின்றன" என்று பொருள் விரித்து உணரும் படி அமைந்திருக்கிறது அந்தப் பாட்டு.

"உடாஅதும் உண்ணாதும் தம்உடம்பு செற்றும்

கெடாஅத நல்அறமும் செய்யார்;-கொடாஅது வைத்தீட்டி னார் இழப்பர்; வான்தோய் மலைநாட! உய்த்தீட்டும் தேனீக் கரி.'

பெற்ற பொருளைக் கொடாமல் ஈட்டி வைத்து இழந்து ஏமாந்து வாடுபவர்கள் நிலை எவ்வளவு இரங்கத் தக்கது!

இப்படி வாழ்நாளை வீணாகச் செலவழித்துக் கடைசி யில் மரணம் அடைகிறவர்களைப் பார்த்து, "ஐயோ பாவம்! தாம் பெற்ற பொருளை உள்ளபோதே கொடுக்காதவர்கள் அல்லவா இப்படி வீணாக மரிக்கிறார்கள்?" என்று அருண கிரியார் இரக்கத்தால் பேசுகின்றார்.

வேடிச்சி கொங்கை விரும்பும்
குமரனை மெய்அன்பினால்
பாடிக் கசிந்துள்ள போதே
கொடாதவர் பாதகத்தால்
தேடிப் புதைத்துத் திருட்டில்
கொடுத்துத் திகைத்திளைத்து
வாடிக் கிலேசித்து வாழ்நாளை
வீணுக்கு மாய்ப்பவரே.

[வேடர்குலப் பெண்ணாகிய வள்ளிநாயகியின் கொங்கையை விரும்பும் குமரனை, உண்மையான அன்பினால் புகழ்ந்து பாடி, நெஞ்சம் உருகி, தம் கையில் பொருள் இருக்கும்போதே அதை வறியவர்களுக்குக் கொடாதவர்கள், தாம் முற்பிறவியில் செய்த பாவத்தினால், பொருளைத் தேடி அதைப் பூமியில் புதைத்து வைத்துப் பின்பு அதை அவர்கள் அறியாமல்

சிலர் கொள்ள, அதைத் திருட்டில் பறிகொடுத்துவிட்டு, அது காரணமாகச் செயலற்று உடம்பு இளைத்துப்போய் வாட்டமடைந்து துயருற்று, இப்படியே தம் வாழ்நாளை ஒரு பயனும் இன்றி வீணாக்கி அழிப்பவர்கள் ஆவார்கள். கொடாதவர் மாய்ப்பவரே என்று கூட்டுக.

கசிந்து - மனம் நெகிழ்ந்து. உள்ளபோதே கையில் பிறருக்குக் கொடுப்பதற்குரிய பொருள் இருக்கும்போதே.
கொடாதவர் - வறியவர்களுக்கு வழங்காதவர்கள்.
பாதகம் - தீங்கு; இங்கே தீய செயலால் விளைந்த பாவம்.
திகைத்து - மயங்கி; செயலிழந்து,
கிலேசித்து - துயருற்று. வீணுக்கு வீணாக.]

1

இரண்டு எல்லைகள்

மனித வாழ்வுக்கு இரண்டு எல்லைக் கற்கள் இருக்கின்றன. ஒன்று பிறப்பு; மற்றொன்று சாவு. இந்த இரண்டு எல்லைக் கற்களினிடையே மனிதன் வாழ்கிறான். வாழும்போது பலபல செயல்களைச் செய்தாலும் அவனது ஆன்மாவுக்குப் பயன்படுகிறவை சிலவே. பெரும்பாலும் தனது வருங்கால வாழ்வுக்காக, மறுமைக்காக, அவன் ஏதும் செய்வது இல்லை. இந்த வாழ்வே நமக்குச் சரி என்று எண்ணிக் கொண்டு இப்போது அநுபவிக்கும் இன்பமே மேலானது என்ற மயக்கத்தில் வாழ்கிறான். செத்த பின்னால் ஒரு வாழ்க்கை இருக்கிறது. அது நல்ல வாழ்வாக அமைய வேண்டும். மீண்டும் மீண்டும் இறந்து பிறக்காத நிலை பெற வேண்டும்' என்ற நினைவு இருந்தால் தான் அதற்கு ஏற்ற முயற்சியைச் செய்வான். இறைவன் திருவருள் கிடைத்தால் அத்தகைய ஆராய்ச்சியில் தலைப் படுவான். அப்போது பிறரிடத்தில் அன்பு வைத்துத் தன் பொருளை ஈயும் நிலை உண்டாகும்.

பொருளும் அருளும்

பொருளை வைத்திருந்தாலும், ஈவதற்குரிய ஏழைகள் அருகில் இருந்தாலும் எல்லோருமே கொடுக்க முடிவ தில்லை. கொடுக்கவேண்டும் என்ற மனம் இருந்தால் கொடுத்துவிடத் தோன்றும். அத்தகைய மனம் இறைவன்

திருவருளால் வரவேண்டும். இறைவன் நினைத்தால் அன்றி நம்மால் கொடுக்க வகை கிடையாது.

சாகைக்கும் மீண்டு பிறக்கைக்கும் அன்றித்
தளர்ந்தவர்க்கு ஒன்று
ஈகைக்கு எனை விதித்தாய் இலையே!

பிறர் அடைகின்ற நன்மைகளைப் பார்த்து, 'அத்தகைய நன்மை எனக்குக் கிடைக்கவில்லையே!' என்று ஏங்கிச் சொல்பவரைப் போலச் சொல்கிறார் அருணகிரி நாதர். உலகில் பிறந்த எல்லோரும் செத்துப் போகிறார்கள்; பிறகு பிறக்கிறார்கள். இடைக்காலத்தில் பல தர்மங்களைச் செய்து அதனால் புண்ணியத்தை ஈட்டிக் கொள்கிறார்கள் சிலர். பிறப்பதற்கும் சாவதற்கும் இடையிலுள்ள வாழ்வுக் காலத்தில் இந்தப் புண்ணியத்தை ஈட்டிக் கொள்ள வாய்ப்பு இருக்கிறது. பலர் அந்த வாய்ப் பைப் பயன்படுத்திக் கொள்ளாமல் சாகிறார்கள். புண் ணியத்தை ஈட்டிக் கொள்வதற்காகத்தான் பிறப்பு. சாவதும் பிறப்பதுமாகிய செயல்கள் நம்மால் தவிர்க்க முடியாதவை. புண்ணியச் செயலோ நாம் விரும்பிச் செய் வது. 'புண்ணியம் என்னால் செய்ய முடியவில்லையே!' என்று அருணகிரியார் சொல்லவில்லை. 'சாவதும், பிறப்பது மாகிய இரண்டையும் நீ எப்படி எனக்கு விதித்தாயோ, அது போலவே ஈவதையும் விதிக்கவேண்டும். அதனை நீ எனக்கு விதிக்கவில்லையே!' என்று சொல்கிறார்.

ஒற்றுமையும் வேற்றுமையும்

எல்லோரும் பிறப்பதிலும் சாவதிலும் ஒரேமாதிரி இருந்தாலும், வாழ்க்கையில் இன்ப துன்பம் அநுபவிப்

பதில் வெவ்வேறு வகையில் இருக்கிறார்கள். பணம் பெற்றவர்கள் எல்லோரும் இன்பம் அடைகிறார்கள் என்று சொல்வதற்கில்லை. ஆசை இருந்தாலும், எத்தனை பணம் இருந்தாலும், மன அமைதி பெறாமல் வாழ்கிறவர்கள் உண்டு. பணத்தைப் பெறுவதற்கு இறைவன் திருவருள் எப்படி அவசியமோ அப்படியே அதனை அநுபவிப்பதற் கும் இறைவன் திருவருள் அவர்களுக்கு வேண்டும். பணத்தை வைத்திருக்கிறவர்கள் எல்லோரும் பிறருக்குக் கொடுக்கமுடியாது; தாமும் உண்ண முடியாது. அவரவர்களுடைய புண்ணிய பாவ வினைக்கு ஈடாக இந்த உலகத்தில் பிறந்து இன்ப துன்பங்களை அநுபவிக் கிறார்கள். அப்படி அநுபவிக்கும்போது, 'நம் போன்று மற்றவர்கள் அநுபவிக்காமல் இருக்கிறார்களே! இதற்குக் காரணம் என்ன?' என்று மனிதன் ஆராயவேண்டும். அப்போது, 'இந்த உலகத்தில் பிறந்த பிறகு நாம் ஒன்றும் செய்யாமல் இருக்க, நமக்குத் துன்பம் உண்டா கிறதே; எத்தனையோ தீங்குகளைப் புரிந்து வருகிற அவனுக்கு இன்பம் கிடைக்கிறதே' என்று அவனுக்கு ஆலோசனை தோன்றும். அதனால் இப்போது உண்டாகிற விளைவுக்கு வேறு ஏதோ காரணம் இருக்க வேண்டு மென்ற தெளிவு உண்டாகும். முற்பிறவியில் நாம் தக்கபடி நடக்காமல் இரப்பவர்களுக்குக் கொடுத்துப் புண்ணியத்தைத் தேடிக் கொள்ளாமையினால் இந்த நிலை வந்தது' என்ற உணர்ச்சி உண்டாகும்.

"இலர்பலர் ஆகிய காரணம் நோற்பார்
சிலர்;பலர் நோலா தவர்"

என்பது திருக்குறள். உலகத்தில் பலர் வறுமை வாய்ப் பட்டிருக்கிறார்கள். சிலர் பொருள் உடையவர்களாக இருக்கிறார்கள். இதற்கு என்ன காரணம் என்றால், முற் பிறவியில் இந்த உடம்புக்கு வேண்டிய சுகங்களை மட்டும் எண்ணி வாழாமல் நல்ல காரியங்களைச் செய்து விரதம் மேற்கொண்டவர்கள் சிலரே. அப்படி இல்லாதவர்களே பலர்.

ஏறுபவனும் சுமப்பவனும்

மற்றோர் உதாரணம் காட்டுகிறார் திருவள்ளுவர். ஒரு பல்லக்கு: அதன் மேல் ஒருவன் ஏறிச் செல்கிறான்; அதனை நான்கு பேர்கள் சுமக்கிறார்கள். இன்பத்தை அனுபவிக்கிறவன் ஒருவன்; துன்பத்தை அனுபவிக்கிறவர்கள் நான்கு பேர். பிறரால் சுமக்கப்பட்டுப் பணத்தை வைத்து வாழ் பவன் ஒருவன்; பிறரைச் சுமந்து சிறிதளவு கூலியைப் பெறு கிறவர்கள் நான்கு பேர். இதே அளவுதான் உலகத்தில் சுகம் துக்கம் என்பதற்கும் அமைந்திருக்கிறது. சுகப்படுகிறவர்கள் ஒரு பங்கானால் துன்பப்படுகிறவர்கள் நான்கு பங்கு.

"அறத்தாறு இதுஎன வேண்டா சிவிகை
பொறுத்தானோ டூர்ந்தான் இடை"

என்று திருவள்ளுவர் சொல்கிறார். 'அறம் செய்கிறவர்கள் அடையும் பயன் இன்னது என்று ஆராய்ச்சி செய்ய. வேண்டாம். கண்முன்னால் பார்க்கிற உதாரணத்தினால் தெரிந்து கொள்ளலாம். ஒருவன் சிவிகையில் ஏற நான்கு பேர் சுமக்கிறார்கள். இரண்டு வகையினருக்கும் தோற்றத் தில் வேறுபாடு இல்லை; பிறப்பிலும் சாவிலும் வேறுபாடு இல்லை. ஆனால் அவர்கள் அநுபவத்தில்,

இப்போது உள்ள வாழ்வில், வேறுபாடு உண்டாவதற்குக் காரண ம் அவர்கள் முற்பிறவியில் செய்த அறந்தான். சிவிகையில் இருக்கிறவன் முன்பு அறம் செய்திருக்கிறான். சுமக்கிற வர்கள் முன்பு அறம் செய்யவில்லை.' இத்தகைய கருத்துக்களை அடக்கி அந்தக் குறளைச் சொல்லியிருக்கிறார்.

முன்னைப் பிறவியில் அறம் செய்தவர்கள் இந்தப் பிறவியில் பொருளாளர்களாக இருக்கிறார்கள். அவர் களுக்கு இறைவன் திருவருளால் மீண்டும் அறம் செய்ய வேண்டுமென்ற நினைவு உண்டானால், வரும் பிறவி களுக்கும் அவர்கள் நன்மை செய்து கொண்டவர்களா கிறார்கள்.

ஈய வைத்தார்

இடைக்காலத்தில் நாம் பார்க்கிற செல்வம் மறுபடியும் போய்விடும் என்ற உணர்வோடு, 'இது நமக்காக வந் தது அன்று. இரப்பவர்களுக்குக் கொடுப்பதற்காக இறை வன் தந்தது' என்ற நினைவு மெய்யறிவாளிகளுக்குத் தோன்றும். இறைவன் நமக்குச் செல்வம் தந்தது இரப்ப வர்க்கு ஈவதற்காகத்தான் என்ற எண்ணம் இருப்பவர்கள், தம்முடைய பொருளைப் பிறருக்குக் கொடுத்து இறை வனது அருளைச் சம்பாதித்துக் கொள்வார்கள்.

"இரப்பவர்க்கு ஈய வைத்தார்
ஈபவர்க்கு அருளும் வைத்தார்"

என்பது அப்பர் சுவாமிகள் பாட்டு. உலகத்திலுள்ள மனிதர்களிடம் பொருளை வைத்துத் தன்னிடம் அருளை வைத்துக் கொண்டிருக்கிறான் ஆண்டவன். அருளும்

பொரு ளும் பிறருக்கு ஈவதனால்தான் சிறப்பு அடைகின்றன. பொருளைப் பெற்றவன் பிறருக்கு ஈந்து அருள் என்னும் செல்வத்தை அடையவேண்டும். பிறருக்குக் கொடுக்க வேண்டும் என்ற கருணையோடு ஆண்டவன் தன்னிடத்தில் அருளை வைத்துக் கொண்டிருக்கிறான். அதுபோலவே பணக்காரனும் பிறருக்குக் கொடுப்பதற்காகவே பணத்தை இறைவன் தனக்குக் கொடுத்திருப்பதாக எண்ண வேண் டும். பிறருக்குப் பொருளைக் கொடுக்கிறவன் இறைவன் வழங்கும் அருளைப் பெறுகிறான்.

தளர்ந்தவர்களுக்குக் கொடுத்தல்

யாருக்குக் கொடுப்பது? இப்போது பணக்காரர்கள் பிறருக்குக் கொடுப்பது உண்டு. தம்முடைய பிள்ளைக் குக் கொடுக்கிறார்கள்; மாப்பிள்ளைக்குக் கொடுக்கிறார் கள்; உறவினர்களுக்குக் கொடுக்கிறார்கள்.
கொடுக்கிறார்கள். ஏதாவது திருமணம் அவர்கள் வீட்டில் நடந்தால் ஆயிரக்கணக்கில் செலவழிக்கிறார்கள்; தம் பொருளை அழித்துப் பெரிய விருந்து செய்கிறார்கள். வேண்டியவர்களுக்குப் பணம் கடன் கொடுக்கிறார்கள்; ஆடையாபரணங்களைச் சில சமயங்களில் இரவலாகக் கொடுக்கிறார்கள். இப்படிக் கொடுப் பதும் கொடைதானே என்றால், அது கொடையாகாது. தம்மோடு சார்ந்தவர்கள் என்ற அபிமானத்தாலும், தமக்குப் பெயர் வரவேண்டு மென்ற ஆசையினாலும் செய் வது அது. உண்மையான ஈகை, யாருக்குக் குறையுண்டோ அவர்களுக்குக் கொடுப்பது தான். அருணகிரியார் இதை நினைந்தே,

தளர்ந்தவர்க்கு ஒன்று ஈகைக்கு
எனை விதித்தாய் இலையே!

என்று சொல்கிறார்.

"வறியார்க்கொன் றீவதே ஈகை; மற் றெல்லாம்
குறிஎதிர்ப்பை நீர துடைத்து"

என்பது திருக்குறள். ஒரு பொருளால் குறை உடைய ஏழைகளுக்கு அவர்களுக்கு வேண்டிய பொருளைத் தம்பால் உள்ளவர்கள் கொடுப்பதுதான் ஈகையாகும். அப்படி இன்றி மற்றவர்களுக்குக் கொடுத்தால் அப்படிக் கொடுப் பதற்குக் கைம்மாறாக ஏதோ ஒன்றை எதிர்பார்க்கிறார்கள் என்றே கொள்ள வேண்டும். தம்முடைய மாப்பிள்ளைக்குப் பணம் கொடுப்பதற்கு, அவன் தம் பெண்ணை நன்றாக வைத்துக்கொள்வான் என்ற நினைவு காரணம். தம்முடைய அலுவலகத்தில் உடன் வேலை பார்க்கும் ஒருவருக்கு விருந்து வைப்பதற்கு, அவர் திரும்பத் தம்மைக் கூப்பிட்டு விருந்து வைப்பார் என்பதே காரணம். மதுரையில் இருந்து வந்த நண்பர் ஒருவருக்குப் பாயசம், பொங்கல் முதலியவற்றோடு உணவு அளித்தால் அதற்குக் காரணம் அவர்கள் பாலுள்ள அன்பு மாத்திரம் அன்று; நாம் அவர் ஊருக்குப் போனால் நமக்கும் அப்படியே விருந்து செய்வார் என்று எதிர்பார்த்தே அப்படிச்செய்கிறார்கள். ஒரு பொருளைக் கொடுத்து மீட்டும் அளந்து வாங்கிக் கொள்வதைக் குறியெதிர்ப்பை என்று சொல்வார்கள். ஏழைகளுக்கு அளிக்காத கொடை பின்பு அது திரும்பிவரும் என்ற எண்ணத்தால் செய் வதே என்பது திருவள்ளுவர் கருத்து.

ஆகையால் யாருக்கு உண்மையாகப் பொருள் தேவையோ, யாருக்குக் குறை இருக்கிறதோ, வாழ்க்கைக்கு. வேண்டிய அவசியமான பொருள்களைப் பெறாதவர்களாக யார் இருக்கிறார்களோ அவர்களுக்குக் கொடுப்பதுதான் கொடை; அறம். உண்மையான வள்ளல்கள் வறியவர்கள் தம்மை நோக்கி வராவிட்டாலும் தாம் அவர்களைத் தேடிச் சென்று கொடுப்பார்கள். தாம் பொருளை வைத்திருப்ப தற்குப் பயன் இரவலர்களுக்குக் கொடுப்பதே என்று அறம் செய்வோர் எண்ணுவார்கள். பழங்காலத்தில் அரசர்கள், ஒரு நாள் தம்மை நாடி யாரேனும் இரவலர் வராவிட்டால் அதற்காக வருந்தினார்கள், ஒருவன் ஓரிடத்தில் சபதம் செய்கிறான். "நான் இப்படிச் செய்வேனானால் பலநாட்கள் என்னை நாடி இரவலர்கள் வராமல் இருப்பார்களாக" என்கிறான்.

'இரவலர் வாரா வைகல்
பலஆ குகயான் செலவுறு தகவே' !

என்பது அவன் கூற்று. ஒவ்வொரு நாளும் நன்றாகக் கழிந்தது என்ற நிறைவு வரவேண்டுமானால் அன்று நல்ல அறச் செயல் செய்தோம் என்ற நினைவு இருக்க வேண்டும். பொருளை ஈட்டுவது பெரிதன்று; அதனால் நாம் நன்மை அடைவதும் பெரிதன்று. அதனைப் பிறருக்கும் கொடுத்து அதனால் வருகிற இன்பத்தைப் பெறுவதே அதனால் உண்டாகும் சிறந்த பயன். அந்த இன்பம் மிகுதியாக வேண்டுமானால் செல்வரிடமிருந்து பொருளைப் பெறுகிறவர்கள் உண்மையான ஏழைகளாக இருக்கவேண் டும். வறுமையினால் தளர்ந்தவர்களுக்கு, உடல் வலிமை இல்லாமல் தளர்ந்தவர்களுக்கு,

அன்னமும் ஆடையும் இல்லாமல் தளர்ந்தவர்களுக்கு, இப்படியே எந்த எந்தப் பொருள் இல்லாமல் தளர்ந்திருக்கிறார்களோ அவர்களுக்கு அந்த அந்தப் பொருளைக் கொடுக்கவேண்டுமென்று அருண கிரியார் இறைவனிடம் விண்ணப்பித்துக் கொள்கிறார்.

ஈகையின் வகை

'தளர்ந்தவர்களுக்கு வேண்டியதைக் கொடுக்கின்ற வகையில் என்னை வைக்கவில்லையே!' என்று குறைபட்டுக் கொள்கிறார் அவர். "தளர்ந்தவர்களுக்குக் கொடுக் கும்படியாக எனக்குப் பொருள் தரவில்லையே!'' என்று அவர் சொல்லவில்லை. பணத்தைக் கொடுப்பது தான் ஈகை என்பது அன்று. யாரேனும் ஒருவர் தம் நண்ப ருடைய பெயரைச் சொல்லி அவருடைய விலாசம் எங்கே இருக்கிறதென்று கேட்கிறார். அந்த விலாசம் நமக்குத் தெரியும். அவருக்கு விலாசத்தைச் சொல்லி வழிகாட்டு வதும் ஒருவகை ஈகைதான்; கூடப் போக முடியாவிட்டா லும் இன்ன இடத்தில் இருக்கிறதென்று தெளிவாகச் சொல்வதும் ஈகை. உத்தியோகம் தேடி அலைகிற பல பேர் களுக்கு உத்தியோகம் கொடுக்கிறவர்களிடம் சிபாரிசு செய்வதும் ஒருவகை ஈகைதான். மிகச் சிறந்தவர்கள் தம் மனத்தினால் இவன் நன்றாக வாழ வேண்டுமென்று நினைத் தாலும் இன்பம் உண்டாகும். அந்த நினைவுகூட ஒருவகை யில் ஈகைதான்.

நிரம்பிய செல்வத்தை ஈட்டி வைத்துப் பிறகே மற்ற வர்களுக்குக் கொடுக்கவேண்டும் என்று நினைப்பது முறை யன்று. மனிதனாகப் பிறந்த ஒவ்வொருவனுக்கும் ஏதாவது ஒரு பொருள் உரிமையாக இருக்கிறது. ஒன்றும்

இல்லாவிட்டாலும் கைகால்கள் இருக்கின்றன. அவற்றைக் கொண்டு பிறருக்கு உதவி செய்யலாம். ஆகவே, அறம் செய்வதற் குப் பொருள் தான் முக்கியமான கருவி என்பது இல்லை. பொருள் மிகுதியாக இருந்தால் அறத்தின் அளவு மிகுதி யாகும். பலர் நலம் பெறுவார்கள். ஆனால் அறம் செய் வதற்கு மனந்தான் முக்கியம்.

கரப்பவர் பெறும் துன்பம்

என்னிடம் இருந்தால் கொடுப்பேன் என்று சிலர் சொல்வது உண்டு. அது போலி வாதம். முன்னை நல் வினைப் பயன் காரணமாக வளப்பமான வாழ்வைக் கொடுத்து, பொருளையும் கொடுத்து, "இரப்பவர்க்கு ஈவா யாக" என்று ஆண்டவன் அனுப்பியிருக்க, அவன் திரு வருளை உணர்ந்து கொள்ளாமல் பிறருக்குக் கொடுக்காமல் சிலர் இருக்கிறார்கள். அவர்கள் தங்கள் செல்வத்தைத் திருட்டிலே கொடுத்து, இளைத்து வாடி, கிலேசித்து, வாழ் நாளை வீணுக்கு மாய்க்கிறார்கள் என்று முன்பு அருணகிரி யார் சொன்னார். அத்தகையவர்களுக்கு இறைவன் மறுமை யில் நரகங்களை வைத்திருக்கிறார்.

"கரப்பவர் தங்கட் கெல்லாம் கடுநர கங்கள் வைத்தார்"

என்பது அப்பர் வாக்கு. தம்மிடம் பிறர் வந்து இரக்கிற காலத்தில் உதவி செய்வதற்குப் பொருள் இருந்தாலும் கொடுப்பதற்கு அஞ்சி மறைத்துக் கொள்கிறார்களே, அவர்களுக்குக் கடுமையான நரகத்தை ஆண்டவன் வைத் திருக்கிறானாம்.

நாமும் மக்கள் ஆகையால் பிறருக்கு எதனால் தளர்ச்சி உண்டாகும் என்பது நன்றாகத் தெரியும். பசியினால் மனிதன் துடிக்கும்போது அவன் தளர்ச்சி நமக்கு நன்றா கத் தெரிகிறது. தன்னுடைய தொழில் முயற்சியில் பொருள் இல்லாமல் திண்டாடும்போது அந்தத் திண்டாட்டத்திற்குப் பொருள் இல்லாத தளர்ச்சியே காரணம் என் பது நமக்குத் தெரியும். தளர்ச்சியைத் தெரிந்துகொள்ளா மல் இருந்தால் பொருளைக் கொடுக்கத் தெரியாமல் இருக் கலாம்; ஆனால் தளர்ச்சி இன்னாருக்கு உண்டென்பதை நன்றாகத் தெரிந்து கொண்டும் அவர்களுக்கு வேண்டிய உதவியைச் செய்யாமல் இருக்கும் இயல்பு மிகக் கொடிது. உலகத்தில் தளர்ச்சியற்றவர்கள் மிகக் குறைவு.

எங்கே பார்த்தாலும் தளர்ச்சியுள்ளவர்களையே காண் கிறோம். உடல் தளர்ச்சி, உள்ளத் தளர்ச்சி இவற்றினால் வாடுகிற மக்கள் எங்கும் நிறைந்திருக்கிறார்கள். ஆகையால் தளர்ச்சி உள்ளவர்கள் யாரும் இல்லை என்று சொல்ல இயலாது. என்னிடம் கொடுப்பதற்கு ஒன்றும் இல்லையே என்று சொல்வதும் முறையன்று. தளர்ச்சி உள்ளவர் களுக்குக் கொடுப்பதற்கு எனக்கு மனம் வரவில்லையே என்று சொல்லலாம். அப்படிச் சொல்வதுகூடப் பிழை. மனத்தில் அத்தகைய எண்ணத்தை இறைவன் திருவருள் உண்டாக்கவில்லையே என்று சொல்வது தான் உண்மை. அதை அருணகிரியார் சொன்னார்.

தளர்ந்தவர்க்கு ஒன்று ஈகைக்கு எனை விதித்தாய்
இலையே!

2

இப்படிச் சொன்ன அருணகிரியார் அடுத்த இரண் டடியில் ராமபிரான் புரிந்த செயல் ஒன்றை நினைவு ஊட்டு கிறார். எத்தனையோ இடங்களில் ராமபிரானது திருவிளை யாடல்களை நமக்கு நினைப்பூட்டும் வழக்கம் உள்ளவர் அருணகிரியார். அப்படிச் சொல்லும்போதெல்லாம் தாம் சொல்ல வந்த கருத்துக்குப் பொருத்தமான திருவிளை யாடலைச் சொல்வார். இங்கேயும் அப்படிப் பொருத்த மான வரலாறு ஒன்றை நினைப்பூட்டுகிறார்.

ராமபிரான் வரலாறு

இலங்காபுரிக்குப்
போகைக்கு நீ வழி காட்டு என்று பேய்க் கடல்
தீக்கொளுந்த
வாகைச் சிலை வளைத்தோன்.

ராமசந்திர மூர்த்தியின் வரலாறு விரிந்தது. அளவிலாத் திருவிளையாடல் புரிந்த வள்ளல் அப் பெருமான். அவர் நாட்டைத் துறந்து காட்டுக்கு வந்தார். இராவணன் அபகரித்துச் சென்ற சீதாபிராட்டியைத் தேடிக்கொண்டு கானகத்தில் அலைந்து திரிந்தார். இலங்கையில் இருப்பது தெரிந்து அதை நாடிச் சென்றார். அப்போது விபீஷணன் வந்து அடைக்கலம் புகுந்தான்.

ராமபிரானுடைய வருகையை எதிர்பார்த்து ஊண் உறக்கமின்றிச் சீதாபிராட்டி இலங்கையில் தவம் கிடக் கிறாள். கடலுக்கு அப்புறம் இருக்கிறது இலங்கை.

இப்புறத்தில் ராமபிரான் இருக்கிறார். கடலைக் கடந்து இலங்கைக்குப் போகவேண்டும். இதற்கு என்ன வழி என்று ராமபிரான் யோசனை பண்ணுகிறார். விபீஷணனைப் பார்த்துச் சொல்கிறார். "நல்ல அறிவுடைய விபீஷணா, என்னுடைய தோள் வலியினால் யாராக இருந்தாலும் வென்றுவிடுவேன்; அதைப்பற்றிக் கவலையில்லை. இலங்கை யில் உள்ள பகைவர்கள் எத்தனை பலம் உடையவர்களா னாலும் நான் அஞ்சமாட்டேன். ஆனால் முதலில் இந்தக் கடலைக் கடந்து போகவேண்டுமே! நீ என்ன உபாயம் சொல்கிறாய்?" என்று கேட்கிறார்.

பிறருக்குத் தர்மத்தை விளக்கிக் காட்டவந்த செல்வர் அல்லவா அவர்? அவர் நினைத்திருந்தால் இருந்த இடத்தில் இருந்தபடியே சீதாபிராட்டியை மீட்டுக்கொண்டு வர முடியும். விண் உலகத்தை விட்டு மண் உலகத்திற்கு வந்த பெருமானுக்குக் கடலுக்கு இக்கரையிலிருந்து அக் கரைக்குப் போகத் தெரியாதா? தாம் மேற்கொண்ட அவதார தர்மத்திற்கு ஏற்றபடி நடக்க வேண்டுமே தவிர, வேறு வழியில் நடக்கக் கூடாதென்பது அவர் கருத்து. ஆகவே, மற்ற மக்கள் செய்கிறது போலக் காரியங்களைச் செய்ய வேண்டுமென்ற எண்ணத்தில் விபீஷணனைக் கேட்கிறார். அதற்கு விபீஷணன் வருணனைச் சரண் அடைவது ஒன்றே கடலைக் கடக்கும் உபாயம் என்று சொல்கிறான்,

ராமபிரான், "வருணனையா நான் வேண்டிக் கொள்வது?" என்று சொல்லவில்லை. விபீஷணன் சொன்ன யோசனையை ஏற்றுக்கொண்டு தர்ப்பைப் புல்லைப் பரப்பி அதன்மேல் ஏழு நாட்கள் தவம் செய்தார். அந்தப்

பெருமான் தவம் செய்த இடந்தான் திருப்புல்லணை என்ற பெயருடன் இருக்கிறது. ராமேசுவரம் போகிறவர்கள் அந்தத் தலத்திற்குப் போவது மரபு.

ராமபிரானது பெருமையை வருணன் அப்போது உணர்ந்து கொள்ளவில்லை. 'தாம் பெற்ற இந்திரச் செல்வம் போன்ற அயோத்திமாநகரத்தையே தம் தம்பிக் குக் கொடுத்துவிட்ட வள்ளல் இவர். உலகம் வேண்டியது அத்தனையையும் வேண்டியபோது கொடுக்கும் பிரான். அத்தகைய கருணைக் கடல் இங்கே உப்புக் கடலின் வாச லுக்கு வந்து நம்மையும் ஒரு பொருளாக மதித்துக் குறை யிரப்பவர் போல இப்படித் தவம் புரிகிறாரே! இது நமக்கு வாய்த்த பெருமை அல்லவா? இவருக்கு வேண்டிய உதவியை நாம் உடனே செய்வோம். வலியப் போய்ச் செய்து இவர் அருளைப்பெறலாம்' என்று வருணன் எண்ணவில்லை. 'இவர் நம் உதவியை நாடி நிற்கிறார்; கிடக்கட்டும்' என்ற அகங்காரத்தினால் ஒளிந்து இருந்தான்.

"தருண மங்கையை மீட்பதோர் நெறிதரு கென்னும்
பொருள் நயந்துநன் னூல்நெறி யடுக்கிய புல்லில் கருணை
யங்கடல் கிடந்தனன் கருங்கடல் நோக்கி,
வருண மந்திர மெண்ணினன் விதிமுறை வணங்கி."

தம்முடைய அரசைப் பிறருக்குக் கொடுத்துவிட்டு வந்த பெருமான் அவர். யார் எதைக் கேட்டாலும் கொடுக்கிற வள்ளல். அவருடைய இயல்பான நிலை அது. எல்லாப் பொருளையும் உடைய சுவாமி அவர். அவரே உடையவர். நாமோ நம்மிடத்திலுள்ள பொருளைக் கேட்டால்தான் கொடுக்க முடியும். நம்மிடத்தில் இல்லாத பொருள் ஒன்றைக் கேட்டால் இல்லையென்று

கை விரிப் போம். ஆனால் இறைவனுக்கோ எல்லாப் பொருளும் சொந்தமாக இருப்பதனால் எதனைக் கேட்டாலும் தருவான். அவனிடம் என்ன பொருள் இருக்கிறதென்று நமக்குத் தெரியாதேயொழிய அவன் எதைக் கேட்டாலும் தருவதற் குரிய ஆற்றல் உள்ளவன்தான்.

எல்லாவற்றையும் பிறருக்குக் கொடுக்கும் அந்தக் கருணைக் கடலாகிய ராமபிரான் உப்புக் கடலின் வாசலில் வருணனைத் தெய்வமாக எண்ணி விதிமுறைப்படி வணங் கித் தோத்திரம் செய்துகொண்டு கிடந்தார். ஒரு நாள் அல்ல; இரண்டு நாட்கள் அல்ல; ஏழு நாட்கள் திருப்புல் லணையில் தவம் கிடந்தார். இப்படிக் கிடக்கவேண்டிய நிலை தமக்கு வந்ததே என்ற நினைவு அவருக்கு அப்போது உண்டாயிற்று.

"ஒன்றும் வேண்டில ராயினும் ஒருவர்பால் ஒருவர்
சென்று வேண்டுவ ரேல் அவர் சிறுமையில் தீரார்."

'எவரிடத்திலும் ஒன்றையும் வேண்டாத குறையற்ற பெரியவராக இருந்தாலும், பிறர் கேட்பதற்கு முன்பே எல்லாம் கொடுக்கும் திறன் உடையவராக எல்லாப் பொருளும் நிரம்பியவராக இருந்தாலும், அற்ப குண முடையவரிடத்தில் காலத்தினாலும், இடத்தினாலும் இளைத்து ஏதேனும் உதவியை நாடிச் சென்றால், அவர்கள் தம் அற்ப குணத்தையே காட்டுவார்கள். நாம் இந்த வருண னின் உதவியை நாடி வந்தோம். நாம் இப்போது இளைப் புற்று இருக்கிறோம் என்று அவன் அலட்சியமாக இருக் கிறான். நமக்கு உதவி செய்யாமல் ஒளிந்து கொண்டிருக் கிறான்' என்று நினைத்தார் ராமபிரான்.

அவருக்குக் கோபம் வந்துவிட்டது. க்ஷத்திரிய குலத் தில் பிறந்தவர் அவர். தளர்ந்தவர்களுக்கு உதவி செய்யாமல் ஒளிந்து கொள்பவர்களுக்குக் கடும் நரகம் விதிக்கும் பிரான். ஆகவே தம்பியைச் சிலை கொண்டுவரச் செய்தார். அதை வளைத்து,

"பார்இ யங்கிரும் புனலெலாம் முடிவின்றிப் பருகும்
சூரி யன்கதி ரனையன சுடுசரம் துரந்தான்."

ராமர் அம்பை விட்டார்; கடல் வற்றிவிட்டது. வருணனது உடம்பு அப்படியே தீய்ந்து போய்விட்டது. வரிசை வரிசையாக ராமர் விட்ட பாணங்களினால் கடலில் வாழும் உயிர்கள்,

"வெந்தன தீந்தன கரிந்தன பொரிந்தன."

எங்கே பார்த்தாலும் ராமர் விட்ட அம்புகள் குத்திக் கொண்டு நின்றன. பூமியாகிய மடந்தை முன்பு கடலா கிய சீல ஆடையைச் சுற்றிக்கொண்டிருந்தாள். இப்போது. கடல்நீர் வற்றிவிட்டது.

வற்றிவிட்டது. ராமபிரான் விட்ட கொடுங் கணைகள் அவள் உடம்பு முழுவதும் குத்திக்கொண்டு குருதி வழிந்தது. நில மடந்தை நீல ஆடையைக் களைந்து விட்டுச் செந்நிற ஆடையை அணிந்தாற்போல இருந்ததாம் அந்தத் தோற்றம்.

வருணன் இதனால் துன்பத்தை அடைந்தான். பின்பு அவன் சும்மா இருக்க முடியுமா? அழுத கண்ணீரோடு, "நான் உனக்கு அபயம்" என்று கதறிக்கொண்டு வந்து வீழ்ந்தான். முன்னாலே தளர்ந்து வந்து உதவி கேட்ட பெருமானுக்குக் கரவாமல் அவன் உதவியிருந்தால் இந்தத் தண்டனை கிடைத்திருக்குமா? இரப்பவர்க்கு ஈயாமல் இருந்தான். அதனால் தண்டனை கிடைத்தது. இரப்பவர்களுக்கு ஈயாமல் கரப்பவர்களுக்கு இப்படித் தான் தண்டனை கிடைக்கும் என்பதை ராமபிரான் காட்டினார்.

இந்த வரலாற்றை இப்போது அருணகிரியார் இ துக்குப் பொருத்தமாக நினைப்பூட்டுகிறார்.

'இலங்காபுரிக்குப் போகைக்கு நீ வழி காட்டு' என்று போய்க்கடல் தீக்கொளுந்த வாகைச் சிலை வளைத்தோன் மருகா! மயில்வாகனனே,

இலங்கைக்குப் போகவேண்டுமென்ற கருத்தினால், "நீ வழி காட்டுவாய்" என்று ராமபிரான் வருணனிடம் கேட்டுக் கொண்டார். பணம் கேட்கவில்லை, காசு கேட்க வில்லை. வழி தெரியாமல் சுற்றி அலைந்து தளர்ந்திருக்கிற ஒருவனுக்கு, "மயிலாப்பூர் போக வழி என்ன?" என்று கேட்டால், "இதுதான் வழி" என்று சொல்லக்கூடாதா? அதுபோல், "இலங்கைக்குப் போக ஒரு வழி காட்டு" என்று ராமபிரான் கேட்டார். எப்படிப் போகவேண்டு மென்று சொல்ல வருணனுக்குத் தெரியும்.ஆனால் ஒரு சொல் கூட சொல்லாமல், தளர்ந்து வந்து யாசித்த பெருமாலுக்கு வழி இதுதான் என்று காட்டாமல், அவன் கரந்திருந் தான். அதன் பலன் என்ன?

கடல் தீப்பற்றிக் கொள்ள வெற்றிச் சிலை வளைத்து அம்பைப் பொழிந்தார் ராமர்.

"அத்தகைய பெருமானுடைய மருகன் நீ. இரப்ப வர்க்கு ஒன்று ஈயவில்லையானால் தண்டனை கிடைக்கும் என்பதை உன்னுடைய மாமா தம் வாழ்வில் காட்டி யிருக்கிறார். அதனை நான் நினைத்துக்கொண்டுதான் இருக்கிறேன். ஈய வேண்டு மென்ற ஆசை இருந்தும் அது நிறைவேறுவதற்குரிய வழியில் என்னை நீ விதிக்க வில்லையே! செத்துப் போவதற்கும் பிறப்பதற்குமாகப் படைத்திருக்கிறாயே யன்றி, தளர்ந்தவர்க்கு ஒன்று ஈய நீ என்னை விதிக்கவில்லையே!'' என்று அருணகிரியார் இந்தப் பாடலில் குறையிரந்து வேண்டிக்கொள்கிறார்.

நமக்காக

அருணகிரியார் பிறருக்கு ஈயாமல் வாழ்ந்தவரா? இப்படி அவர் சொல்கிறாரே.-அவர் சோறு போட் டிருந்தால் ஒரு வேளையோடு போயிருக்கும். உடை வாங் கிக் கொடுத்திருந்தால் சில மாதங்களுக்குள் கிழிந்து, போயிருக்கும். தம் வாழ்க்கைக் காலத்தில் நேருக்கு நேராக உபதேசம் செய்திருந்தாலும் தமக்குப் பின்னால் வருகிற மனித சமுதாயம் அந்த உபதேசத்தால் பயன்பெற முடியாது. தளர்ந்தவர்களுக்குப் பிறவித் துன்பத்தைப் போக்கிப் பிறப்பில்லா இன்ப நிலையை அடைவதற் குரிய வழியைக் காட்டவேண்டுமென்ற பரம கருணையினால் திருப்புகழ், கந்தர் அலங்காரம், கந்தர் அநுபூதி முதலான நூல்களை வழங்கிவிட்டுப் போயிருக்கிறார். நம்மைப் போலச் செத்துப் பிறப்பதற்கு அவர் வாழ்ந்தாரா? இல்லை, இல்லை.

இந்தப் பாட்டில் உள்ள முறையீட்டை நாம் சொல்ல வேண்டும்; நமக்குச் சொல்லத் தெரியவில்லை. அவர் தம்மையே சொல்லிக்கொள்வதைப் போலச் சொல்லி நமக்குக் கற்பிக்கிறார்.

சாகைக்கும் மீண்டு பிறக்கைக்கும் அன்றித்
தளர்ந்தவர்க்குஒன்று
ஈகைக்கு எனைவிதித் தாய்இலை
யே! இலங் காபுரிக்குப்
போகைக்கு நீவழி காட்டு என்று
போய்க்கடல் தீக்கொளுந்த
வாகைச் சிலைவளைத் தோன்மரு
கா! மயில் வாகனனே!

[இலங்கைக்குப் போவதற்கு நீ வழி காட்டுவாயாக என்று வருணனிடம் போய்க் குறையிரந்து கிடந்து, அவன் ஒன்றும் செய் யாமல் இருந்தமையால் கடலானது தீயால் எரிய வெற்றிமாலையை தம் வில்லை வளைத்தவனாகிய ராமபிரானுடைய யுடைய மகனே! மயில் வாகனப் பெருமானே! என்னை இந்த உலகில் பிறந்து மீண்டும் செத்துப் போவதற்காக அல்லாமல் ஒரு பொரு ளின்றித் தளர்ச்சி அடைந்தவர்களுக்கு அவர்வேண்டும் பொருளைக் கொடுப்பதற்காக நீ திருவுள்ளங்கொண்டு அமைக்கவில்லையே!

விதித்தாய் இலையே - ஆணையிட்டு அமைக்கவில்லையே. என்று என்று வருணனிடம் விண்ணப்பித்து, கொளுந்த எரிய. வாகை - வெற்றி மாலை. சிலை -வில்.]

நிறைந்தது

★★★

9 788198 908506